दृष्टी

AF759389

कांचन शेंडे

#AnyoneCanPublish with

सकाळ प्रकाशन

#AnyoneCanPublish with

सकाळ प्रकाशन

Drushti

© Kanchan Shende

दृष्टी

© कांचन शेंडे

लेखक :

कांचन शेंडे

प्रथम आवृत्ती :

डिसेंबर २०२२

प्रकाशक :

सकाळ प्रकाशन

सकाळ मीडिया प्रा. लि.

५१५, बुधवार पेठ, पुणे-४११ ००२

मुखपृष्ठ :

गजानन चनमल

मांडणी आणि मुद्रितशोधन :

सारद मजकूर, पुणे

सुलेखन आणि रेखाचित्रे :

रमेश नावडकर

मुद्रणस्थळ :

विकास प्रिंटिंग ॲण्ड कॅरिअर्स प्रा. लि.

प्लॉट नं. ३२, एमआयडीसी, सातपूर, नाशिक

ISBN : 978-93-95139-30-4

अधिक माहितीसाठी :

०२०-२४४० ५६७८ / ८८८८८४९०५०

sakalprakashan@esakal.com

।। निवेदन ।।

'दृष्टी' हा माझा पहिलावहिला लेखसंग्रह मी माझ्या एस.पी. कॉलेजमधील सेवानिवृत्तीच्या निमित्तानं प्रकाशित केला आणि वाचकांनी माझ्या या प्रयत्नाला चांगला प्रतिसाद दिला. विशेषत: ज्येष्ठ नागरिक, त्यांना माझे लेख इतके भावले की, त्यांनी त्यांच्या आयुष्यात जे काही अनुभव घेतले, त्याचे त्यांना पुन:स्मरण झाले. ते अनुभव त्यांनी माझ्याकडे बोलून दाखवले. तरुण वाचकांनी त्यांच्या प्रतिक्रिया अभिनव पद्धतीनं म्हणजे व्हॉट्सॲप आणि फेसबुकच्या माध्यमातून माझ्यापर्यंत पोहोचवल्या. माध्यम कोणतेही असो, प्रतिसाद दिला हे माझ्यासाठी खूप प्रेरणादायी आहे.

सेवानिवृत्तीनंतर एक वर्ष कसं गेलं समजलंच नाही. आयुष्याच्या या नवीन टप्प्यात आले, या दरम्यान आलेले एक-दोन अनुभव आणि प्रसंग मी लेखनाच्या माध्यमातून व्यक्त केले. ते म्हणजे, 'लेन्स' आणि 'मी एकटा' हे दोन लेख!

माझा गाण्याचा छंद आणि लेखनाची आवड यामुळंच माझ्या गुरू, संगीत शिक्षक यांच्याप्रती असलेल्या माझ्या भावना मी 'काळी चारचा सा' या लेखात व्यक्त केल्या.

आपल्या भावना, अनुभव व्यक्त करण्याचं दुसरं माध्यम म्हणजे कविता लेखन. हे एक जबरदस्त माध्यम आहे, ज्याद्वारे कमी शब्दात खूप काही सांगून जाता येते. आपले कुटुंब, समाज, नातीगोती यांच्या वर्तुळात जगताना वेगवेगळ्या पातळीवर आलेले अनुभव ऐहिक आणि पारमार्थिक दोन्ही अर्थानं, कवितेचा आधार घेऊन व्यक्त करण्याचा प्रयत्न केला. खरे तर कविता लिहिली जाते नव्हे तर, होते असं म्हणता येईल. कारण अनुभव लहान किंवा मोठा असे काही नसते, तो एक विलक्षण अनुभव असतो. तो क्षणात मनात आणि हृदयात आधी व्यक्त होतो आणि नंतर लेखणीच्या रूपाने झरझर वाहत कागदावर उमटतो! म्हणूनच मी नवीन लेख आणि कविता दोन्हीचा समावेश करून माझ्या 'दृष्टी' या पुस्तकाची दुसरी विस्तारित आवृत्ती काढायचे ठरवले.

आयुष्यातला प्रत्येक अनुभव काही ना काही देऊन, शिकवून जातो. त्याच्याकडं बघायचा आपला दृष्टीकोन, आपली नजर जशी असेल, तसंच आपल्याला दिसतं. आपली 'दृष्टी' ही मनाचा आरसा आहे, असं म्हणतात. कोणत्याही व्यक्तीच्या डोळ्यात त्याचं मन, अंतरंग दिसतं, असं म्हटलं तर वावगं होणार नाही. म्हणूनच आपली नजरेची 'लेन्स' ज्या रंगाची असेल, त्याच रंगाचं जग दिसतं. जग खूप सुंदर आहे, ते बघू या. हेच मी माझ्या 'लेन्स' या लेखाद्वारे सांगत आहे.

दरम्यान 'दैनिक सकाळ'मधलं निवेदन पाहून मी आणि माझे पती चारुदत्त, आम्ही दोघांनी सकाळ प्रकाशन यांच्याशी संपर्क साधून माझ्या पुस्तकाची नवीन आवृत्ती काढायचं ठरवलं. अमृता देसर्डा मॅडम आणि त्यांच्या सहकाऱ्यांनी मला मोलाचं मार्गदर्शन केलं. आता मी त्यांच्या माध्यमातून हे पुस्तक वाचकांना उपलब्ध करून देतेय. पुस्तक निर्मितीमध्ये माझे पती चारुदत्त यांचा मोठा वाटा आहेच, याखेरीज श्री. शेखर जोशी (अक्षर जुळणी) आणि सकाळ प्रकाशन, पुणे यांचे खूप खूप आभार! माझा मुलगा गौरव, सून स्नेहल, तसंच माहेर आणि सासरचे अनेक नातलग, स्नेही यांच्या शुभेच्छा आहेतच! नव्या रूपातल्या या पुस्तकाला वाचक नक्कीच अभिप्राय आणि प्रतिसाद देतील, याची मला खात्री आहे.

कांचन शेंडे
सेवानिवृत्त उपप्राचार्या,
स. प. कनिष्ठ महाविद्यालय, पुणे.
गुरुपौर्णिमा, १३ जुलै २०२२
भ्रमणभाष : ९७६३०४१३३३

।। अभिप्राय ।।

डॉ. श्रीकांत कार्लेकर

कांचन शेंडे लिखित 'दृष्टी' या लेख संग्रहातला प्रत्येक लेख त्यांच्या जीवनाकडं पाहण्याच्या दृष्टीची वाचकाला एक सकारात्मक अनुभूती देतो. त्यांच्या लेखनाची आणि माझी प्रारंभी नुसती तोंड ओळख होती. या संग्रहाच्या निमित्तानं त्यांचं लेखन किती जीव लावून आणि मनापासून केलेलं असतं, याची प्रचिती आली.

त्यांची अभिव्यक्ती रुचिपूर्ण आहे. 'दृष्टी' संग्रहातला प्रत्येक लेख आणि कविता त्यासाठी साक्षीला आहे. एकूणच माणसाच्या दैनंदिन जगण्याला वेढून टाकणाऱ्या अनेक सूक्ष्म भाव-भावनांना लेखिकेच्या लेखणीनं हात घातला आहे. साध्यासुध्या आणि सरळमार्गी जीवनाचे कितीतरी तरल पापुद्रे त्यांनी प्रवेश, दूरदृष्टी, शिफ्टिंग, प्रवेश माहिती केंद्र, तुळशीबाग, रिपोर्ट, गृहप्रवेश आणि दृष्टी यांसारख्या एकापेक्षा एक सरस अशा लेखातून उलगडून दाखवले आहेत!

हृदयाची भाषा बोलणारं हे लेखन ही वैयक्तिक आणि सार्वत्रिक आनंदाचीही बाब आहे. तिथं कसलेही मुखवटे नाहीत. एका प्रकारे हे सगळे लेख ही सुबक अशी 'स्केचेस' आहेत. एकंदरीत पाहता लेखनगुणांचं पारडंही झक्कपैकी जड झालेलं आहे. मुळातच लेखिका या पेशानं शिक्षिका असल्यामुळं जिज्ञासू आणि नेमकेपणाचा स्थायीभाव असलेल्या आहेत. त्यांचे हे गुण त्यांच्या लेखनातही जागोजागी डोकावताना दिसून येतात. या सर्व गोष्टींमुळं एक अतिशय वाचनीय असा लेखसंग्रह तयार झाला आहे, यात शंका नाही.

।। अनुक्रम ।।

ललित लेख

कविता

स्टडी टूर

डिसेंबर महिना सुरू झाला होता. वेगवेगळ्या विभागांची स्टडी टूरची तयारी सुरू झाली. कुठं-कुठं जाता येईल या दृष्टीनं ऑनलाइन सर्च करणं सुरू होतं. कोणाला लाँग टूर, तर कोणाला एका दिवसाची शॉर्ट टूर पाहिजे, अशी वर्गावर्गात चर्चा होती. एक दिवस भूगोल विभागात सगळे जमले आणि चर्चा सुरू झाली.

केतन सर म्हणाले,

''आपण आपलं ताम्हिणीमार्गे जाऊ, जंजिऱ्याला. उगाच डोक्याला जास्त ताप नको.''

पण गणेश सरांचा उत्साह दांडगा,

''नको नको, गणपतीपुळं छान आहे!''

''अरे थांबा थोडं, मी काय म्हणते, आपण ना तिकडं नको जायला, मुलं हल्ली ऐकत नाहीत. आपण दिवेआगरला जाऊ, समुद्र सेफ आहे. दिवसभरात जाऊन पण येऊ'', इति दुर्गा मॅडम!

मधेच सीमा मॅडम आल्या अन् म्हणाल्या,

''मी सांगू का? आपण छान दापोली-कर्दे इथं जाऊ. बॉटनीची टूर दापोलीला जाणार आहे, आपण पुढं जाऊ, कर्देला. पाहिजे तर कृषी विद्यापीठ पण पाहू या. जिओग्राफी आणि बॉटनी, अशा दोन स्टडी टूर एकत्र काढू.''

हो, नाही करता करता, मुलं आणि स्टाफ मेंबर असे मिळून २८ जण तयार झाले. दापोली, आंजर्ले, हर्णे अशी दोन दिवसांची टूर ठरली. मुलं कामाला लागली. पैसे जमा करणं, बस बुक करणं, हॉटेल बुकिंग सगळी तयारी करून झाली. सीमा मॅडमनी मॅप तयार करून घेतला. मुलांना काय काय दाखवायचं त्याची लिस्ट केली. पालकांकडून संमतीपत्रं भरून घेतली. एकदाची सगळी तयारी करून झाली.

टूरचा दिवस ठरला. सकाळी सात वाजता गाडी आली. सगळी मुलं-मुली अगदी तयारीनिशी कॉलेजमध्ये हजर होती. एरवी सकाळी उठायचा कंटाळा करणारी, हॉस्टेलमध्ये असणारी मंडळी पण अगदी वेळेत हजर! कॉलेजच्या मेन गेटला अगदी लगबग सुरू होती. सगळा स्टाफही आला. गणेश सरांनी मुलांची हजेरी घेतली. सर्वांनी आपआपली जागा पकडून, सामान गाडीत ठेवलं. निघताना कोणीतरी गाडीच्या पुढं नारळ फोडला आणि गाडी निघाली. आत बसलेल्या मुला-मुलींनी बाहेरच्या वॉचमनला बाय केलं.

गाडी थोडी पुढं गेल्यावर दुर्गा मॅडम उठल्या. त्यांनी हातात लिस्ट घेतली आणि सगळे विद्यार्थी आले आहेत का? ते पुन्हा विचारलं.

''अरे, तो राकेश कुठं बसलाय? आणि सुनिता तुला बरं वाटतंय का? काल म्हणे तुला ताप आला होता? कोणाला काही त्रास असेल तर आत्ताच सांगा रे, ट्रॅव्हल सिकनेसच्या गोळ्या आहेत बरं!''

''या आपल्या काकू बरं का.'' हळूच राकेश पुटपुटला, तसा मागं जोरात हशा झाला. ''अरे का हसताय? मॅडम किती काळजी घेतात ना आपली'', इति माधुरी.

''बोललीच मॅडमची चमची'', कोणीतरी हळूच बोललं.

गाडी हायवेला लागली. हळूहळू गाडीनं वेग घेतला. कोणी कोणी पेंगू लागलं. मागं मात्र गाण्याच्या भेंड्या सुरू झाल्या. गाडी शिरवळजवळ येताच गणेश सरांचं आवडतं हॉटेल दिसलं. ड्रायव्हरला आधीच सांगितलं होतं. त्यामुळं त्यानं तिथं गाडी थांबवली. सगळे पटापट बाहेर आले. मस्तपैकी मिसळ, चहा घेऊन पुन्हा सगळे गाडीत बसले. आता केतन सर उठले. त्यांच्या हातात मॅप होता. आपण काय-काय बघणार आहोत हे ते सांगत होते. काही मुलांनी वहीमध्ये लिहून घेतलं.

वेळ कसा गेला, कोणालाच समजलं नाही. दुपारी गाडी दापोलीला आली. तिथं जेवण करून कृषी विद्यापीठ बघितलं. संध्याकाळी सगळे हर्णे बंदरावर पोहोचले. अबब! इतकं मोठं माशांचं मार्केट आणि माशांचे प्रकार, या आधी कोणी पाहिले नव्हते. रात्री मुक्काम होता. सगळे साठेंच्या हॉटेलमध्ये, म्हणजे घरगुती खोल्या म्हणा ना, तिथं आले. अगदी कोकणी, साधं जेवण मिळूनसुद्धा सगळे अगदी तृप्त होऊन निद्रादेवीच्या अधीन झाले.

दुसऱ्या दिवशी सर्वजण सकाळी दर्शन करायला कड्यावरच्या गणपती मंदिरात गेले. दर्शन केलं. हे मंदिर आधी समुद्रात होतं म्हणे, नंतर कोणाच्या तरी स्वप्नात गणपती आला, मग इथं मंदिर बांधलं. तिथं त्या प्राचीन मंदिराचे सापडलेले दगड आहेत. ही सगळी माहिती घेऊन सगळेजण खाली निघाले. गाडी वाटेतच मधेच थांबली, तेव्हा गणेश सर म्हणाले,

''चला उतरा, खाली या सगळे.'' सगळे खाली उतरले.

''वाव, किती छान!'' समोर अथांग समुद्र, नारळी-पोफळी अगदी डोलत होती.

चंद्रकोरीसारखा बीच. अगदी विहंगम दृश्य! बीचची माहिती दुर्गा मॅडम सांगत होत्या. त्यानंतर सर्वांनी पटापट फोटो काढून घेतले.

''पुढं एक सेल्फी पॉइंट आहे बरं का, पण जरा जपून'', दुर्गा मॅडम म्हणाल्या.

केतन सर तर बीचचे (पुळणी) प्रकार, सागरी भूरूपे इतक्या तन्मयतेनं सांगत होते, की ते ऐकताना सगळेच जण अगदी गुंग झाले होते. सगळीकडं हिरवाई, तांबडी माती, समोर अथांग निळाशार समुद्र, चमकदार लाटा पाहून अगदी डोळ्याचं पारणं फिटलं.

''आता मुरूडला जाऊ. तिथं खूप छान बीच आहे, तिथं काय पाहिजे ती मजा करा, नंतर जेवण करून परत जायचं आहे पुण्याला'', सीमा मॅडम म्हणाल्या. हॉस्टेलमध्ये राहणारे अशोक, दीप्या, चंद्या हे तर अगदी अधीर झाले होते. कारण त्यांच्या गावाकडं कायमच दुष्काळ असतो. ही मुलं इतकं पाणी प्रथमच बघत होती. गरिबीमुळं कधी ट्रिपसुद्धा काढली तर ती गावाजवळच. गाडी मुरूडला आली. बीचवर खूप गर्दी होती. सगळेजण पाण्यात उतरले, भिजून चिंब झाले. पाण्याची भीती वाटते म्हणून स्मिता मॅडम तेवढ्या तिथं एका स्टॉलजवळ बसून राहिल्या.

ड्रायव्हर "जेवण करून येतो" म्हणाला. मनसोक्त खेळून झाल्यावर बाजूच्या एका खोलीत कपडे बदलून सर्वजण परत आले.

''आता जेवण करून निघायचं आहे, सर्वांनी या'', असं म्हणत गणेश सरांनी शिट्टी काढली. जोरात शिट्टी वाजवून सर्वांना गोळा केलं.

''राहुल काळे, अरे, तुझ्या ओळखीचे कोण आहेत रे? तिथं जाऊ जेवायला'', दुर्गा मॅडम म्हणाल्या.

''हो, जवळच आहे. चला'', असं म्हणून राहुल एका सुंदर अशा नारळी बागेत घेऊन गेला. समोर एक छानसं हॉटेल दिसलं, सागर मोती नावाचं! तिथं समुद्राचं दर्शन घेत सर्वजण जेवले.

तेवढ्यात ड्रायव्हरचा गणेश सरांना फोन आला.

''सर, मी कदम बोलतोय, या लवकर बीचजवळ.'' सगळे अगदी लगबगीनं बीचजवळ गेले, बऱ्याच गाड्या वाळूत रुतल्या होत्या. भरतीचं पाणी दूर पार्किंग लॉटपर्यंत आलं होतं. समुद्रानं की लोकांनी? नक्की कोणी आक्रमण केलं होतं? टपऱ्या, नावा, हातगाड्या सगळं वाळूत रुतलं होतं. कारण पाणीच तेवढ पुढं आलं होतं. सगळीकडं खूप कचरा, प्लॅस्टिकच्या बाटल्या, पिशव्या आणि अजून काय काय पडलं होतं. ते बघून वाटलं, "जे त्याला दिलं, तेच त्यानं साभार परत केलं!"

मुरूडचा किनारा असा नव्हता आधी. खूप स्वच्छ सुंदर होता. बाजूला वाड्या होत्या. थोडीफार हॉटेल्स होती. राहुल आला होता शाळेत असताना इथं ट्रिपला.

"आता मुरूड ओळखू येत नाहीये. वेगळंच कुरूप झालंय." मनातल्या मनात राहुल विचार करत होता. कोणीतरी हाक मारली, तसा तो भानावर आला. आता गाडी काढायला वेळ लागणार होता. तेव्हा काय करावं आता? सगळे विचारात पडले. रात्री तर पुण्याला पोहोचायचं होतं. म्हणून गाडीतून सामान काढून सगळे चौकातल्या एसटी स्टँडवर गेले. एसटीमध्ये आधी मुली आणि सर्व मॅडम जातील असं ठरलं. गर्दी पण खूप होती. शेवटी कसेबसे सगळे बसले. तेवढ्यात राहुल म्हणाला, "मी थांबतो मागं, इथं काही मदत लागली त्या ड्रायव्हरला तर? त्यामुळं मी जातो त्याच्यासोबत. घरी पण कळवतो. डोंट व्हरी." राहुलचे आभार मानून सगळे एसटीनं पुण्याला निघाले.

"चला, ड्रायव्हर काका. भरती कमी झाली की बघू. खूप गाड्या आहेत चोहीकडं. कुठंतरी थांबू", राहुल म्हणाला. दोघं तिथल्या चौकातल्या एका देवीच्या देवळात गेले. आता ओहोटीच्या वेळेत गाडी काढता येईल, असा विचार ते करत होते, तेवढ्यात लाइट गेली आणि एकच गोंगाट सुरू झाला. कोण कोणाला हाक मारतंय, लहान मुलं रडतायंत, असा सगळाच

गोंधळ होता.

''तुम्ही जा हॉटेलमध्ये, मी थांबतो इथं देवळात. आम्हाला सवय आहे अशी, बाहेर झोपतो आम्ही ड्रायव्हर लोकं'', राहुलला ड्रायव्हर म्हणाला. तेवढ्यात लाइटही आली, तसा राहुल जवळच्या गल्लीत जायला निघाला.

''कुठंतरी सोय होते का बघतो, सकाळी येतो. मग बघू गाडी काढायचं'', असं म्हणत राहुलनं खिशात हात घातला आणि थोडे पैसे ड्रायव्हरला दिले.

''खाऊन घ्या, इथं काही मिळालं तर, समोरच एक घरगुती खानावळ पण आहे. तिथंच झोपायची सोय पण होते का बघा'', राहुल जाता जाता म्हणाला.

''थँक्यु सर, तुमच्यासारखे खूप कमी असतात हो हल्ली'', असं म्हणत ड्रायव्हर खानावळीकडं वळला. राहुल एक-एक घर बघत पुढं जात होता. सगळी दारं बंद होती. एका घरात मात्र बाहेर झोपाळ्यावर एक आजोबा रेडिओ ऐकत बसले होते. घरावर पाटी होती, 'दत्त निवास.'

''येऊ का आजोबा आत? मला कुठं एक रात्र जागा मिळंल का? आमची गाडी बंद पडलीये. मी पुण्याहून आलोय.'' राहुलचा आवाज ऐकून का कोण जाणे पण आजोबा एकदम उठले आणि पुढं आले. एक पायरी खाली उतरून त्यांनी बाहेरचा दिवा लावला. त्या प्रकाशात ते दोघं एकमेकांकडं क्षणभर बघत राहिले.

''ये बाळ, आत ये. मी अण्णा. घरात आम्ही दोघंच नवरा-बायको असतो. आम्ही दोघंही म्हातारे झालोत आता.''

''अगं, बघ कोण आलंय'', असं म्हणत अगदी राहुलचा हात धरून त्या आजोबांनी त्याला घरात नेलं.

''मला, एका अनोळखी मुलाला कसं काय आत घेतलं यांनी?'' असा विचार करतच राहुल आत गेला. सुंदर, नीटनेटकं आवरलेलं घर. एखाद्या मराठी सिनेमात कोकणातलं घर दाखवतात, अगदी तसं होतं. त्याला आजोबांचा तो स्पर्श ओळखीचा वाटला, त्यांच्यात काहीतरी नातं असावं असा.

दिवसभरात काय-काय झालं ते त्यानं आजोबांना सांगितलं. थोड्याच वेळात आजोबा गरम भात आणि आमटी घेऊन आले आणि त्याला अगदी प्रेमानं जेवू घातलं.

''आता झोप बाळ, सकाळी बोलू आपण'', असं म्हणून त्याला गादी, उशी अन् शाल आणून दिली. तेही त्याच्या समोरच्या दिवाणावर झोपले. पण आजी काही बाहेर आली नाही. ती आतल्या खोलीतच होती. तिची चाहूल तेवढी राहुलला जाणवली.

पहाट झाली. लवकर उठून निरोप घेऊन निघू या; असा विचार राहुल करत होता. आता आजोबा उठले आणि त्याला बाहेर, घराच्या मागच्या बाजूला घेऊन गेले. तिथं चूल पेटवलेली

होती. कोणीतरी एक माणूस आला, त्यानं राहुलला अंघोळीसाठी गरम पाणी काढून दिलं. तशी राहुलनं आंघोळ केली, ओले कपडे एका पिशवीत भरून सॅकमध्ये ठेवले. त्यानंतर आजोबा त्याच्यासाठी बाहेरच्या खोलीत चहा घेऊन आले.

''बाळ, अनोळखी मुलाला मी असं कसं आत घेतलं? राहायला कसं दिलं? याचं तुला नवल वाटतंय ना! पण खरं सांगू का? मला तुझ्यात आणि माझ्यात नक्कीच काहीतरी नातं आहे, असं तुला पाहताच वाटलं. तुला सांगतो, मला दोन मुलं आहेत. ती परदेशात आहेत. एक पुतण्या आहे, तो पुण्याला असतो. सर्वांना फक्त शेतवाडी पाहिजे, त्यांना हॉटेल काढायचंय इथं. आम्ही दोघं नकोत कुणाला. एक सून आहे, ती मात्र खूप चांगलीये. पैसे पाठवते नेहमी. इथं मात्र कोणीच येत नाही. सुनेला माझा पुतण्या पाठवत नाही, ती त्याच्या रागाला घाबरते. आता इथं घरोघरी सगळी म्हातारीच माणसं आहेत. मुलं-नातवंडं यांची वाट पाहत जगतोय. बायको तर जिवंत पुतळ्यासारखी झालीये. काही बोलत नाही. शेतवाडी दुसऱ्याला कसायला दिलीये, तेच लोक आमची काळजी घेतायत'', हे सगळं बोलता बोलता आजोबा राहुलचा हात धरून त्याला मागं वाडीत घेऊन गेले. वाडी बरीच मोठी होती. तिथून पुढं पायवाटेनं ते, एक लहान लाकडी फाटक होतं, तिथं आले. ते फाटक उघडून आजोबा आणि राहुल बाहेर पडले. समोर अथांग समुद्र दिसत होता. राहुल थेट बीचवर आला होता. त्यानं उजवीकडं वळून पाहिलं, तर सागर मोती हॉटेलची वाडी दिसत होती आणि खाली बीच! काल इथंच तर आलो होतो आपण, राहुलच्या डोक्यात आलं.

''आजोबा, मी निघतो आता. मला जायचं आहे पुण्याला. मी पुन्हा नक्की येईन तुमच्याकडं. नमस्कार करतो'', असं म्हणत राहुल खाली वाकला. आजोबांचा हात त्याच्या पाठीवर हलकेच फिरला. आज आजोबा आणि नातवाची पहिल्यांदा भेट झाली होती!

राहुलनं समोरच दिसणाऱ्या टपऱ्या, गाड्या पाहिल्या. हेच ते ठिकाण असं म्हणत तो बीचवरून तिकडं निघाला. आता पुन्हा मागं, गल्लीत जायची गरज नव्हती. समुद्राच्या कडेनं तो चालू लागला. त्याच्या पाऊलखुणा मागं ठेवून तो पुढं जाऊ लागला. आज आकाश निरभ्र होतं. समुद्रकिनारा अगदी स्वच्छ दिसत होता. कालच्या काहीच खुणा नव्हत्या. आज सगळंच कसं नवीन, विलक्षण भासत होतं! सोनेरी उन्हात पाणी जास्तच चमकत होतं. दूरवर होड्या लाटांवर विसावल्या होत्या. आपल्याच धुंदीत वारा शीळ घालत होता. माडाची बनं डोलत होती. राहुल काल गाडी उभी केली होती तिथं गेला; पण गाडी काही दिसेना.

''ड्रायव्हर काका मी आलोय, तुम्ही कुठं आहात?'' त्यानं ड्रायव्हरला फोन करून विचारलं. ''आपली वाळूत अडकलेली गाडी पहाटंच निघाली, मी आता चौकात आहे, तिथं या तुम्ही'', ड्रायव्हर म्हणाला. तसा राहुल पुढं चालत गेला. 'देवीचं दर्शन घेऊ', असा विचार करून तो देवळात गेला. समोर तेजस्वी, प्रसन्न अशी देवीची मूर्ती पाहून त्यानं हात जोडले

आणि मनोमन प्रार्थना केली. ''आई तुला दिलेला शब्द मी आज पूर्ण केलाय; मी आजोबांची भेट घेतलीय!'' आज देवीनं खरोखरच कृपा केली होती. राहुलनं आईला फोन लावला,

''हॅलो आई, भेटलो मी आजोबांना. पण आजी नाही भेटली मला, बाकीचं सगळं आल्यावर सांगतो. बाय!'' राहुल गाडीमध्ये बसला आणि गाडी पुण्याच्या दिशेनं निघाली. आता समुद्र मागं पडला होता. राहुल मात्र आनंदाच्या लाटेवर स्वार झाला होता!

१९ मार्च २०२०

●●●

सिक्स्थ सेन्स

बायकांचा सिक्स्थ सेंस चांगला असतो, असं म्हणतात. आजूबाजूचे लोक नेमकं कसं वागतात? असं का वागतात? याचं नेमकं विश्लेषण करण्यात त्या पटाईत असतात. मला तर वाटतं त्या काहीतरी भलतेच विचार करतात, की जे आम्ही पुरुष करत नाही. माझी बायको तर जास्तच चलाख आहे. एखादा नातलग असा का वागला असेल, याचं विश्लेषण अगदी तयार असतं तिचं. तिची स्मरणशक्ती तर इतकी तल्लख आहे, की मी कधी काय बोलल्लो होतो, हे मला आठवणार नाही; पण तिच्या चांगलंच लक्षात राहतं.

सांगायचा उद्देश असा, की हा जो काही सहावा सेन्स म्हणजे सिक्स्थ सेन्स असतो, याचे अनुभव मला माझ्या विभागातच भरपूर आलेत. माझा विभाग खूप मोठा आहे. १०-१५ प्राध्यापकांचा एक विभाग सांभाळणं म्हणजे तारेवरची कसरत असते. एकापेक्षा एक सरस नमुने. मी सतत संशोधन, लेख लिहिणं यात व्यस्त असतो. त्यामुळं आजूबाजूचे लोक नेमकं कसं आणि का वागतात? या गोष्टींकडं माझं लक्ष जरा कमीच असतं.

बरं, मुळातच अबोल स्वभाव, मग जे काही घडतंय, ते काही कोणालाही सांगायला जमत नाही आणि घरी तर अजिबात नाही. उगाच बायकोच्या डोक्याला खुराक कशाला? खूपच वाटलं तर संध्याकाळी फिरून येतो आणि ताजातवाना होतो.

माझं पहिलं कॉलेज गुहागर बीचच्या अगदी जवळ होतं, वनस्पतीशास्त्र विभाग. योगायोगानं मला पुण्यात चांगल्या कॉलेजमध्ये नोकरी मिळाली. मग मी आणि बायको पुण्यात आलो. सुरुवातीला या विभागात मला जरा जड गेलं; पण नंतर खूप चांगले मित्र भेटले. त्यातले काही जण मला सतत त्रास देत राहिले, ते अगदी रिटायर होईपर्यंत.

असो. आता २५ वर्षं झाली. छान मार्गी लागलंय आयुष्य. या विभागात असणारे प्रोफेसर, एक-एक नमुना आहेत. सावनीबाई. नाव किती छान, पण सतत येता-जाता खवचटपणे बोलणार ही बाई. कोणाला काय बोलेल, याचं भान नाही की नेम नाही. त्याउलट उषाबाई. सतत पुस्तकात डोकं खुपसून बसणार. कॉलेज सुटलं की तडक घर गाठणार. खरं तर त्या माझ्या वर्गात होत्या, मुंबई विद्यापीठात. पण कधी त्याचा उल्लेख नाही. त्यांची दुसरी मैत्रीण कधी आमच्या विभागात आलीच, तर दरवाजातूनच हाका मारत आत येणार,

"काय रे सुधीर, अरे चहा पिऊन येऊ, काय सारखं काम करत असतोस?"

त्यांच्या अशा बोलण्यामुळं, सगळ्या स्टाफला वाटतं की माझी जुनी मैत्रीण आहे. पण आम्ही मुंबई विद्यापीठात असताना, मी एक शब्दही बोललो नव्हतो तिच्याशी कधी. ती असते प्राणीशास्त्र विभागात.

विभागातल्या या १०-१५ जणांमध्ये पूर्णवेळ काम करत असलेल्या स्टाफमध्ये स्मिताबाई पण आहेत. यांचा सहावा सेन्स अगदी जबरदस्त! सुरुवातीला त्यांच्या बोलण्याकडं मी दुर्लक्ष करायचो; पण हल्ली एकेक अनुभवच असे आलेत, की त्यांच्या बोलण्यात खरंच तथ्य आहे असं वाटतं. या बाईंनी दोन-दोन पदव्या मिळवल्यात. कला आणि शास्त्र या दोन्ही शाखांमध्ये त्या अगदी हुशार! मी प्रत्येक कृतीचा, घटनेचा शास्त्रीय संबंध लावणारा, तर त्या बाई समाजशास्त्र, मानसशास्त्र, तत्त्वज्ञान असं बरंच काही डोक्यात ठेवून वावरत असतात. त्यामुळं एकाच घटनेचे, कृतीचे आम्ही दोघांनी लावलेले अर्थही विरुद्ध असतात; पण एवढं सगळं असूनही आमची कौटुंबिक मैत्री आहे. म्हणजे बायकोचं आणि तिचं इतकं काही गूळपीठ आहे, की काही वेळा वाटतं, ही माझ्या बायकोची गुप्तहेर तर नाही ना? इथं काय झालं, की ते घरी कसं समजतं? एकदा एका फालतू गोष्टीमुळं माझं आणि आमच्या एका सरांचं वाजलं, तर बायकोला घरी कसं काय समजलं काय माहीत? माझा मूड पाहून बायकोनं माझी समजूत काढली, की आपण समजायचं, तिच्या या हेर मैत्रिणीनं तिला काहीतरी सांगितलं असणार.

एके दिवशी मी छान मूडमध्ये पेपर प्रेझेंटेशनचं लिखाण करत बसलो होतो, तेवढ्यात सावनीबाई आल्या. त्यांनी जरा लाडिकपणेच मला विचारलं,

"सर, तुम्ही जाणार ना मुंबईला सेमिनारसाठी? मी पण येते तुमच्याबरोबर. मी पण पेपर प्रेझेंटेशन करणार आहे." मी काही उत्तर द्यायच्या आत त्या रजेचा अर्ज देऊन गेल्या. खरं तर ही ब्याद उगाच मागं लागलीये, असं मला वाटलं, पण काय करणार? 'हो' म्हणण्याशिवाय पर्यायच नव्हता. स्मिताबाईही नेमक्याच तिथं आल्या होत्या, प्राचार्यांचा निरोप द्यायला. तेव्हा माझा प्रॉब्लेम त्यांच्या लक्षात आला आणि

त्या म्हणाल्या,

''सर, तुमची इच्छा नाहीये ना, नका जाऊ तुम्ही. जाऊ दे त्या बाईंना एकटीला. मला वाटतंय, तुमचं जाणं कदाचित रद्द होईल'', असं म्हणून स्मिताबाई तास घ्यायला गेल्या. पण त्या असं का म्हणाल्या? काय कारण असेल? त्यांच्या मनात असा विचार का आला? याच विचारात मी बसलो आणि लिखाण घेऊन घरी गेलो. खरं तर मला ५ दिवसांची रजा मिळाली होती. घरी गेल्यावर काम पूर्ण करून मी जायच्या तयारीला लागलो. मुंबईच्या कॉलेजमध्ये कळवलं, की मी येतोय म्हणून. बायकोनं विचारलं,

''काय देऊ खायला बरोबर? थोडंसं घेऊन जा. थोडा चिवडा विकत घेऊन या जायच्या आधी, मी लाडू करून देते.'' तितक्यात फोन वाजतोय म्हणून मी बाहेरच्या खोलीत आलो, तर स्मिताबाईंचा फोन होता. त्या म्हणाल्या,

''सर, वहिनी आहेत का? त्यांना निरोप देता का, मी चिवडा करून पाठवते, तुम्ही लाडू करा. म्हणजे जाताना बरोबर घेऊन जाता येईल.'' मी चाट पडलो. आत्ता तर बायको म्हणत होती की चिवडा घेऊन या, लाडू करून देते, लगेच कसा या बाईंचा फोन आला? टेलिपथी झाली की काय?

दुसरा दिवस, सकाळी कॉलेजला निघालो आणि खिशात हात घातला, तर कॉलेजच्या कपाटाच्या चाव्या नाहीत! बापरे! कुठं विसरलो? कळेना. त्यात महत्त्वाचं लेखन, फायली आहेत. त्यावर बायको म्हणाली,

''असतील कॉलेजमध्येच, तुम्ही जा आता, नाहीतर वेळ होईल. मी दुपारी कपाट आवरताना बघते इथं आहेत का?''

लिफ्टमध्ये शिरत असताना स्मिताबाईंचा मेसेज आला,

'सर डोंट व्हरी, कीज आर विथ मी.'

अरेच्चा! या बाईंना कुठं चाव्या मिळाल्या? मी काळजी करू नये म्हणून, की त्यांना समजलं मी घरी चाव्या शोधतोय म्हणून त्यांनी मेसेज केलाय?

विभागात गेल्यानंतर शिपाई म्हणाला,

''सर, तुमच्या चाव्या काल कपाटाला तशाच लावलेल्या पाहिल्या. कपाट पण बंद केलं नव्हतं. मग मी कपाट बंद केलं आणि सायकल स्टँडपाशी बाई दिसल्या म्हणून त्यांच्याकडं चाव्या दिल्या, बाकीचे सगळे घरी गेले होते. त्या म्हणाल्या,

“उद्या मी देते सुधीर सरांना. पण अजून बाई डिपार्टमेंटमध्ये आल्या नाहीत, वर्गात आहेत'', असं म्हणत शिपाई बाहेर गेला.

मी तसा वेंधळा आहे, नेहमी शिपाई बघतो म्हणून बरं आहे. काही ना काही विसरत असतो हल्ली. चावी मिळाली म्हणून बाईंचे आभार मानून मी एका मीटिंगला निघून

गेलो. येताना हातात पत्र घेऊन आलो, मी विभागप्रमुख झालो होतो! आधीचे सर विद्यापीठात रुजू झाल्यामुळं मला ही बढती मिळाली. विभागात आल्यावर सर्वांनीच माझं अभिनंदन केलं. तिथं सावनीबाई होतीच.

"आता पार्टी द्या सर", असं म्हणून चहा आणि वडे आणायला शिपायाला सांगितलंसुद्धा, तेही मला न विचारता. सर्वजण वडे खाण्यात दंग होते. मुलंही येऊन माझं अभिनंदन करत होती. आता उषाबाई आणि तिची मैत्रीण आली.

"अरे, मी तास घेत होते, तर आता मला स्पेशल चहा दे रे", असं म्हणून तिनं चहा वसूल केलाच. इतर सहकारीही येऊन भेटून जात होते. असा दिवसभर अभिनंदनाचा कार्यक्रम सुरूच होता.

या गर्दीत स्मिताबाई कुठं गायब होत्या, काय माहिती? दुपारी खूप उशिरा आल्या अन् माझं अभिनंदन करून घरी गेल्या. मी विभागातून निघताना पाकीट तपासलं, तर आज नेमके पैसे कमी होते. आता चहा-वड्याचं बिल उद्या देऊ, असं ठरवलं आणि घरी गेलो. घरी कौतुक झालं हे वेगळं सांगायला नको. घरचे सगळे खूश होते.

दुसऱ्या दिवशी कॉलेजमध्ये गेलो. मला नवीन केबिन मिळाली होती. शिपाई माझी वाटच पाहात होता. मी नवीन केबिनमध्ये नव्या खुर्चीत बसलो. आज जरा वेगळंच वाटत होतं, नवीन जबाबदारी आली होती. या गडबडीत मुंबईला जायचंय हे विसरलो, परवा तर निघायचं आहे. पेपर पुन्हा वाचून तयारी करून जाऊ या, असा विचार करत असताना तिथं सावनीबाई टपकल्या.

"सर, मी स्टेशनवर येते सकाळी, तिथं भेटूच आपण", असं म्हणून त्या वर्गात गेल्या.

"देवा, सोडव मला या बाईच्या त्रासातून", असं म्हणत मी फायली घेऊन काम करत बसलो. ४ वाजले, शिपायाला चहा आणायला सांगितला. तो म्हणाला, "कालचं बिल दिलं म्हणे कोणीतरी, तो चहावाला मुलगा सांगत होता."

कोणी दिलं? काही कळेना, नेमके काल पैसे नव्हते. खरं म्हणजे मी कोणालाच बोललो नव्हतो त्याविषयी. तेव्हा त्या चहावाल्यानं सांगितलं,

"एका बाईंनी मला काल ५ वाजता बिल दिलं." त्यानं तसं सांगितल्यावर मी पुन्हा चाट पडलो. कसं काय समजलं त्या बाईंना माझ्याकडं पैसे कमी होते ते. काय म्हणू, सहावा सेन्स की दुसरं काही? विचार करत घरी निघालो. काहीतरी घरी घेऊन जायचं होतं, पण विसरलो. घरी गेल्यावर चहा घेत असताना बायको म्हणाली,

"अहो, भाजी आणली का? मी सकाळी सांगितलं होतं, तुम्ही ऐकलं नाही वाटतं गडबडीत."

''बरं मी आता जाऊन आणतो'', असं म्हणून मी गाडीची चावी घेऊन खाली आलो. आज आभाळ जरा भरून आलं होतं. गेटच्या बाहेर पडलो आणि अचानक पावसाची जोरदार सर आली. मला काही कळायच्या आत माझी गाडी एकदम स्लिप

झाली. हातापायाला मुकामार लागला. तसाच उठून घरी परत गेलो. नसता उद्योग झाला होता हा. शेजारीच एक डॉक्टर राहतात, त्यांनी औषध दिलं, मलम दिलं आणि कुठंही जाऊ नका असं बजावून सांगितलं.

देवा, आता मुंबईला कसा जाऊ? काहीच सुचत नव्हतं. त्यामुळं फक्त प्राचार्यांना फोन केला सांगितलं, की ४-५ दिवस विश्रांती घ्यायला सांगितली आहे, हा एकच काय तो उपाय होता. तितक्यात माझा फोन वाजला, बघितलं तर स्मिताबाईंचा फोन होता.

"सर, झाली का तयारी जायची? मी शिपायाकडं चिवडा दिला आहे, उद्या घ्या त्याच्याकडून. आज मी द्यायलाच विसरले. उद्या नक्की घेऊन जा पण आणि हॅपी जर्नी!"

बायकोच्या हातात फोन दिला, तिनं त्यांना सगळं सांगितलं. माझं मुंबईला जायचं रद्द झालं वगैरे. तेव्हा अचानक मला आठवलं, त्यादिवशी स्मिताबाई म्हणाल्या होत्या, 'तुमचं जाणं कदाचित रद्द होईल' आणि तसंच झालं की! काय म्हणू याला, योगायोग की सहावा सेन्स की टेलिपथी?

१० एप्रिल २०२०

●●●

दूरदृष्टी

जुन्या घरामध्ये भाडेकरू राहायला येणार म्हणून त्या घरातलं काही सामानसुमान आणायला नवीन घरी गेले. कपाटात काही ना काही होतं, जे मी तसंच ठेवून दिलं होतं. नेऊ नंतर, लागेल तसं, असा विचार करून त्या वस्तू ठेवल्या होत्या.

आज महाशिवरात्र २१ फेब्रुवारी २०२०, सुट्टी असल्यानं संध्याकाळी घरी गेले. कपाट उघडलं आणि आतमध्ये असलेलं सगळं काही बाहेर काढून कपाट स्वच्छ केलं. बाहेर काढलेलं सामान एक-एक करून आवरत होते, तेव्हा एका पिशवीत माझी गाण्यांची वही, गाण्यांची पुस्तकं सापडली. मी काढलेली तीस एक गाण्यांची नोटेशन दिसली त्यात. दुसरी एक पर्स, त्यात सर्व पासबुकं सापडली. अगदी माझ्या लहानपणीचं पहिलं पासबुक, १९७७ साली खातं उघडलं होतं. तेव्हापासून ते अगदी २०१८ पर्यंतची पासबुकं होती.

त्यात एक पासबुक आहे, जे १९७७ साली पाच रुपये भरून खातं काढलेलं. माझे वडील कै. वैजनाथ झाडबुके (दादा) नोकरी करून सायकलचं दुकानही चालवायचे. त्यांनी अगदी कष्टानं सर्व काही सांभाळून प्रपंच केला, नातलग सांभाळले. अगदी गरीब परिस्थितीतही मुलांना शिकवून स्वावलंबी केलं.

आम्ही चार भावंडं आणि मोठ्या बहिणीची एक मुलगी, अशी त्यांच्यावर जबाबदारी. तेव्हा माझ्या नावे थोडे-थोडे पैसे जमा करून, माझं शिक्षण पूर्ण केलं. ८७ साली माझं लग्न ठरलं, तेव्हा ते जमा केलेले पैसे काढून माझं लग्न केलं. मला ८५ साली नोकरी मिळाली, तेव्हा मात्र मला बचत करून पैसे कुठंही खर्च करू दिले नाहीत. साठवलेल्या बचतीचं सोनं खरेदी करून, मी सोन्याच्या बांगड्या केल्या. ज्यांची आजची किंमत

दोन लाख रुपये तरी नक्की होईल. माझं सर्व शिक्षण, एमए बीएड मेरीट स्कॉलरशिपवर झालं. घरची सगळी कामं करून मी शिकले. मेरीटमुळं लगेचच नोकरी पण लागली. खरंच आमचे पालक, कमाई कमी असूनदेखील साधी राहणी, कमी खर्च आणि बचत करून संसार करत असत. खरी गोष्ट तर या पुढंच आहे.

माझा संसार सुरू झाला. त्याच संस्कारात मी वाढलेली. साधी राहणी, माफक खर्च, अशी बचत करून १९९० साली मी वन बीएचके फ्लॅट घेतला, तोही अगदी सदाशिवपेठी!

दरम्यानच्या काळात माझे वडील, आम्ही त्यांना दादा म्हणायचो. त्यांचं मणक्याचं ऑपरेशन झालं, पण ते यशस्वी नाही झालं. चालते-फिरते अगदी भक्कम असे दादा, सेवानिवृत्तीनंतरही, जे सतत काम करत राहिले, त्यांनी अंथरुणावर पाठ टेकली, ती कायमची. तरीसुद्धा जगण्याची इच्छा, उमेद इतकी होती, की आजारपणातही त्यांनी ८ वर्षं घर उत्तम सांभाळलं. भाऊ आणि त्याचा मोठा मुलगा विवेक यांना कायम मार्गदर्शन करत राहिले.

८ फेब्रुवारी २००३ रोजी त्यांनी मला आणि माझे पती चारुदत्त यांना घरी बोलवून सांगितलं,

''आता मी सर्व राहिलेली कामं पूर्ण करतो. माझ्याकडं वेळ कमी आहे.'' आम्हाला काही समजेना, ते अचानक असं का बोलतयंत? पण त्यांचं बोलणं ऐकून आम्हाला अगदी गलबलून आलं.

त्यांनी शेजारचाच एक फ्लॅट खरेदी केला. बँक खातं, ठेवी सर्व काही आई, भाऊ, वहिनी, नातवंडं यांच्यात वाटणी केली. आम्हा तिघी बहिणींच्या नावे कायम भाऊबीज मिळेल अशी ठेवही केली. हे सगळं त्यांनी एका महिन्यात केलं. ८ मार्च २००३ रोजी त्यांची तब्येत बरी नव्हती, तेव्हा जवळच्याच एका डॉक्टरांनी उपचार सुरू केले. पण अचानक मला घरी फोन आला, ''लवकर घरी ये.''

मी घरी गेले, दादा कोणालाही ओळखत नव्हते. त्यांना खूप ताप आला होता, कफही झाला होता. भाऊ, वहिनी, आई यांना काय करावं, काही समजेना. त्यात लहान भाचा, गणेशची इयत्ता दहावीची परीक्षा सुरू होती. त्यामुळं मी लगेच निर्णय घेतला आणि त्यांना जवळच्या दवाखान्यात घेऊन गेले. तिथं त्यांनी सांगितलं,

''इथं उपचार होऊ शकणार नाहीत.''

मग तसंच थेट 'दीनानाथ मंगेशकर रुग्णालय' गाठलं. तिथं ॲडमिड केलं. अय्यर डॉक्टर आले, त्यांनी लगेच उपचार सुरू केले. आता ताप जरा उतरला होता. दादा विचारलं,

''कुठं आहे मी? मला इथं का आणलंय?'' आम्ही सांगितलं,

''दादा, ताप आलाय तुम्हाला, बरं वाटलं की जाऊ आपण घरी.'' पण नियतीच्या मनात वेगळंच होतं. त्यांना फुप्फुसाचा संसर्ग झाला म्हणून लगेच अतिदक्षता विभागात दाखल करावं लागलं. उपचार सुरू होते. तो दिवस होता ९ मार्च. बाहेर आई, भाऊ आम्ही सगळे काळजीमध्ये. दादा, रोज सांगायचे,

"नका उपचार करू. कांचनला सांग, नको खर्च करूस." कारण त्यांना बहुतेक कळलं असावं, की उपचार करून काही उपयोग नाहीये.

१० मार्च, मला आणि आईला डॉक्टरांनी आत बोलावलं आणि सांगितलं,

''त्यांना बोलतं ठेवा. कारण ते उपचार करून घेत नाहीयेत. पाणी पण घेत नाहीयेत. अशानं ते कोमात जातील.'' कदाचित दादा आमच्यावर रुसले होते. आदल्या दिवशी रात्री मला 'बाहेर जाऊ नकोस, इथंच थांब', असं म्हणाले होते. पण त्यांची समजूत काढून,

''आम्ही सगळे बाहेरच आहोत, तुम्ही औषधं घ्या, नारळ पाणी प्या'', असं सांगून मी बाहेर निघाले होते. तेव्हा त्यांनी माझा हात घट्ट पकडला होता आणि ते सोडतच नव्हते. त्यामुळंच ते आज आमच्यावर रुसले होते. त्यांना ''आम्ही आलो आहोत, चहा प्या'' असं सांगितलं. मी, भाऊ, आई असं एक-एक करून बेडपाशी गेलो. त्यांना एक चमचा चहा दिला, पण ते तेवढही गिळू शकत नव्हते. थोड्या वेळातच त्यांनी आमच्या समोर डोळे मिटून घेतले आणि ते कोमात गेले.

बहिणी, काकू तिथं आल्या. १२ मार्च रोजी मी दुपारी घरी जेवायला आले होते, तेव्हा मला फोन आला. लगेच 'दीनानाथ'मध्ये बोलवलं होतं. दादांना बरं वाटावं म्हणून तिथल्या गणपतीच्या मंदिरात जाऊन कालच दर्शन घेतलं होतं. गणपती रडतो आहे, हे पाहून मी सुन्न झाले होते. हा माझा भास होता की पूर्वसूचना? आज पुन्हा गणपतीचं दर्शन घेतलं आणि शांत भाव असलेला गणपती पाहिला. पण माझ्या मनात मात्र खूप खळबळ चालली होती. तशीच शांतपणे आठव्या मजल्यावर गेले, तर बाहेर सगळे बसले होते. आत जाऊन बघते तर काय, सगळं शांत झालं होतं. व्हेंटिलेटर सुरू होता, तोही नर्सनं काढला. दादा अगदी शांत दिसत होते. खूप तेज होतं त्यांच्या चेहऱ्यावर, आता त्यांचा दूरचा प्रवास जो सुरू झाला होता.

सगळे विधी दुसऱ्या दिवशी करायचं ठरवलं. नातलगांना कळवलं. आई अगदी शांतपणे सगळे विधी पार पाडत होती. या कठीण प्रसंगीही तिनं धीरानं घेतलं होतं.

८ दिवसांनी भाऊ हातात पासबुक घेऊन आला. आईला नको म्हणून समजावून सांगूनसुद्धा, तिनं हॉस्पिटलची सगळी बिलं मी भरली होती म्हणून, पेंशनची सगळी रक्कम भाऊकडं पाठवली. बिल झालं होतं ६२,००० आणि काही रुपये. मी दादा-आईचं पासबुक हातात घेतलं आणि मी नुसतीच बघत राहिले. कारण आज भाऊनं रक्कम काढली होती, अगदी तेवढीच रक्कम त्या खात्यात होती, ६२,००० आणि काही रुपये! हा विलक्षण अनुभव होता. ८ फेब्रुवारी ते ८ मार्च दीनानाथ मंगेशकर रुग्णालयात दाखल केल्यापासूनच सगळं नियोजन करून, शेवटपर्यंतची तयारी करून, १ महिना आधी जणू काही नोटीसच दिली होती त्यांनी. किती दूरदृष्टी होती दादांची!

जाताना भाऊही म्हणाला,

''तुलाच सगळं सांभाळायचंय. तूच मोठी हो आता.''

''असं काय म्हणतोस? मी आहेच, पण तू आणि वहिनी मोठे आहात. तुम्ही सगळे आहात आईसोबत.'' त्यावर मला उत्तर न देता तो घरी गेला. सलग दोन महिने नातलग येत होते घरी भेटायला. १६ मे रोजी वहिनी आणि एक बहीण उमा दोघी जोगेश्वरीला दुपारी ओटी भरून आल्या, तेव्हा भाऊ दोघींना म्हणाला,

''कुठं उन्हात जाऊन आलात? रेस्ट घ्या आता.'' तो मात्र बाहेर गेला. संध्याकाळी अचानक मला बहिणीचा फोन आला, ''भाऊ गेला.''

आमच्या सायकल दुकानात तो एकटा असताना त्याला हार्ट ॲटॅक आला. पोलिसांचा फोन आला, ''ससून हॉस्पिटलमध्ये या.''

हातातून फोन गळून पडला. आईला दोन दिवसांसाठी मामा माहेरपणाला घेऊन गेला होता आणि आता ही अजून एक वाईट बातमी मामाला सांगावी लागली. तो तडक आला, आईला ही वाईट बातमी कशी सांगू? आमचा कोणाचा धीर होत नव्हता. पण मलाच तिला हे सगळं सांगावं लागलं. तिच्यावर अजून एक आघात झाला होता.

१२ मार्च आणि १६ मे असे दोन दिवस मोठे आघात झाले, तरी आई आणि वहिनी यांनी नेटानं पुढं निभावून नेलं. दोन भाचे विवेक आणि गणेश शिकले, त्यांना नोकरी मिळाली. आयुष्यात ते स्थिरावले. आई मात्र मनानं खचली होती.

जुलै २०१६ मध्ये मी पर्यवेक्षक झाले, तेव्हा तिला पेढे द्यायला गेले. ती आजारी होती, पण तिनं पेढा खाल्ला. मी पर्यवेक्षक झाले हे ऐकून तिला खूप आनंदही झाला. महिन्याभरातच तिचं निधन झालं. मी उपप्राचार्या झाले, ते पाहायला मात्र ती या जगात नव्हती, याची खंत नेहमीच मनात राहील. दादांचं आयुष्य खूप खडतर गेलं, पण त्यांचे संस्कार, दूरदृष्टी आणि नियोजन यामुळं आम्ही सर्वजण आज जे काही आहोत, जे काही कमावलं, ते केवळ त्यांच्यामुळंच!

५ मार्च २०२०

●●●

आमचे दादा...

आमचे वडील म्हणजे कै. वैजनाथ भानुदास झाडबुके. आम्ही चारी भावंडं त्यांना दादा म्हणत असू. १०. ९. १९२९ ही त्यांची जन्मतारीख. त्यांचं बालपण कसं गेलं? हे आम्हाला ऐकूनच माहिती. कधीतरी त्यांनी आणि आईनं सांगितलेल्या आठवणी. ते एकुलते एक अपत्य. चार वर्षांचे असताना त्यांची आई वारली, तेव्हापासून तळेगाव दाभाडेमध्ये त्यांच्या आजी मंजुळाबाई तकटे आणि त्यांचे मामा-मामी, दोन मावशा यांनी त्यांना लहानपणी सांभाळलं. हीच ती काय आठवण. मला जसं समजू लागलं, तसं मामा, मामी, त्यांची मुलं, मावशा, मावस आणि मामेभाऊ-बहिणी यांचं घरी येणं, राहणं मी कायम बघत आले. दादांना त्यांच्या आजीविषयी विशेष ओढा, प्रेम होतं. तिचं निधन झालं, त्यानंतरसुद्धा बालपणीचं सर्वांचं ऋण त्यांनी फेडलं.

दादा सांगत, ते खूप लहान असतानाच पुण्यात आले होते. एक वर्ष सहावीसाठी पुण्यात मॉडर्न हायस्कूलच्या हॉस्टेलमध्येही राहिले. त्यांचं मन तिकडं मामाकडं रमेना. आश्रित म्हणून किती दिवस राहायचं, असा त्यांचा स्वाभिमानी स्वभाव. मग पुण्याला पळून आले ते कायमचंच. तिकडं श्रीरामपूरला वडील होते, सावत्र आई, तिची तीन मुलं होती. त्यांचे वडील कै. भानुदास झाडबुके हे व्यापारी होते, पण ते लवकर गेले. त्या भावंडांना आणि सावत्र आईला दादांनी शेवटपर्यंत आधार दिला, खूप प्रेमही दिलं.

पुण्यात आले, तेव्हा मिळेल ते काम करत राहिले. सायकल आणि स्टोव्ह दुरुस्तीचं दुकान टाकलं. एकलव्यासारखं मिळेल तिथून निरीक्षण करत शिकले. त्यांची तब्येत अगदी मजबूत होती, मराठी सिनेमाचा हिरो शोभेल असं व्यक्तिमत्त्व!

आई सांगायची, त्यांचं लग्न तिकडं तळेगावला झालं. चार दिवस लग्नसोहळा

केला होता. आईचं माहेर बार्शीचं कावळे घराणं. आईसह पाच भावंडं. आई प्रभावती देखणी, तिच्या आईसारखीच. सातवी झाली, एका शाळेत शिक्षिका म्हणून नोकरीला लागली आणि लगेच तिचं लग्न ठरलं. ती १९४६ साली लग्न करून प्रभावती झाडबुके झाली. काही वर्षं तळेगावलाच राहिली. दादांच्या आजी आणि मामी यांच्या तालमीत ती घरकामात तयार झाली.

आई सांगायची, तेव्हा ती तिकडं आणि आमचे दादा, मा. भगवान दादा पालव यांच्याकडं, मुंबईला पाच वर्षं राहिले. हिंदी चित्रपटातल्या तांत्रिकदृष्ट्या सर्व गोष्टी, ते तिथं शिकले. 'अलबेला', 'झमेला' अशा चित्रपटांची माहिती ते कधीकधी आम्हाला सांगत. पण ती मायानगरी आपल्याला नको असं त्यांना वाटलं, म्हणून ते परत आले.

मोठी बहीण विजया, जन्म १९५१. दसऱ्याच्या दिवशी जन्मली. भाऊचा १९५४ चा जन्म. त्यानंतर सर्वजण पुण्याला एका वाड्यात, शिवाजीनगर गावठाण इथं राहायला आले. दादांनी काही दिवस पुण्यात, काका हलवाई दत्त मंदिराच्यावर एक फोटो स्टुडिओ सुरू केला होता. सुरुवातीच्या काळात 'विजयानंद थिएटर'मध्येही काम केलं. त्यांनी स्वतःचा डबल रोलमध्ये काढलेला त्यांचा एक फोटो आम्ही अनेक वेळा पाहिला. तो अजूनही जपून ठेवलेला आहे.

दादा पुणे महानगरपालिकेमध्ये नोकरीला लागले. १९६१च्या पानशेत पुराची कहाणी तर मी अनेक वेळा ऐकली आहे. त्यांना पुण्यात राहावं लागलं. आई आणि तीन भावंडांना त्यांनी आमच्या बाळूमामाबरोबर उंच टेकडीवर पाठवलं. लोकांना सायकली दिल्या आणि पुण्याबाहेर काढलं. तेव्हा त्यांनी अनेक जीव वाचवले. पूर कमी झाला, पण घर पाण्यात बुडालं. घराची कोसळलेली भिंत पुन्हा उभी करून पुन्हा नव्यानं सुरुवात केली.

त्यांचा स्वभाव अतिशय रागीट होता. त्यात एक दरारा होता. सगळे नातलग घरी येत, राहात असत, पण त्यांच्या समोर जाऊन बोलायची कोणी हिंमत करत नसत. आईनं सर्वांचं खूप केलं, त्यामुळं तिच्याजवळ सगळे नातलग मन मोकळं करत. अन्नपाणी, कपडेलत्ते सगळं भरभरून दिलं. त्यांचा आवडता ड्रेस म्हणजे पांढरा शर्ट आणि खाकी पँट. त्यांनी कधीच रंगीत कपडे घातले नाहीत. अगदी क्वचित.

मला समजू लागलं तसं मला आठवतंय, आई सांगायची, माझ्या बहिणीचा, म्हणजेच उमाचा जन्म १९५९ साली झाला; तसा त्यांचा रागीटपणा कमी होता गेला. ती अतिशय देखणी. त्यामुळं आईला तिची जास्त काळजी असायची. भाऊ एकुलता एक. मोठी बहीण विजुताई, १९६७ साली तिचं लग्न केलं, तेव्हा तर मी अवघ्या चार वर्षांची होते. मी आणि उमा एकत्र वाढलो. आईचा ओढा तिच्याकडं आणि मी मात्र धाकटी असल्यानं माझ्याकडं कायम दुर्लक्ष झालं, असं आईच सांगायची. त्यामुळं की काय,

दादा हेच माझे आई-बाबा झाले. मी आजारी पडले तर ते रात्री जागं राहायचे. चौथीपर्यंत मला ते शाळेत सोडायला, घ्यायला यायचे.

आम्हाला चांगलं, दर्जेदार शिक्षण मिळावं म्हणून सर्व भावंडांना 'मनपा'च्या शाळेत न घालता चांगल्या 'पीईएस सोसायटी'च्या 'मॉडर्न हायस्कूल'मध्ये प्रवेश घेऊन दिला. आम्हीही त्यांची निराशा न करता चांगले मार्क्स मिळवले. त्या शाळेचे संस्कार आणि चांगलं वातावरण यात आम्ही घडलो. मनपा शाळा आणि गावठाणातलं वातावरण, यापासून त्यांनी आम्हाला जाणीवपूर्वक दूर ठेवलं.

आम्ही १९७५ साली जुनं घर सोडलं. एक वर्ष पद्मावती, नंतर लोकमान्यनगर, स. प. महाविद्यालयाच्या मागं राहायला आलो. भाऊ लवकर नोकरीला लागला. उमाचं १९७६ साली लग्न झालं. मी १९७८ साली दहावी प्रथम श्रेणीत पास झाले. शिकण्याची खूप आवड असल्यानं, अकरावीला कला शाखेत स. प. महाविद्यालयात प्रवेश घेतला. आई म्हणाली,

''ही खूप शिकली, तर हिचं लग्न कसं होईल? खूप शिकलेला मुलगा कुठं मिळणार?'' पण घरची सगळी कामं करून पुढं शिकायचं या अटीवर माझं शिक्षण सुरू झालं. मी अगदी जिद्दीनं एमए, बीएड केलं. आईला भजनी मंडळं, सामाजिक कार्यक्रम, यात्रा यांची आवड असल्यानं ती कायम घराबाहेर असायची. तेव्हा मी आणि दादांनी मिळून सगळं घरकाम सांभाळून घेतलं. भाऊचं लग्न झाल्यानंतर मी आणि वहिनी असलो, तरी दादा आम्हाला मदत करायचे. हो, त्यांना त्यांच्या आजीनं घरकामाची सवय लावली होती. भाज्या, चटण्या खूप छान करायचे, मसालेभात तर उत्तम करायचे. वहिनीला स्वयंपाक येत नव्हता, तर तिला तोही शिकवला.

मोठ्या बहिणीची मुलगी स्वाती आणि मी एकत्र बहिणींसारखंच वाढलो. तिचं सगळं शिक्षण माझ्याबरोबरच झालं. ती तिच्या आईला ताई आणि माझ्या आईला म्हणजे तिच्या आजीला आई आणि आजोबांना दादा म्हणायची. दादा म्हणायचे, "थोरली लग्न होऊन गेली आणि तिची मुलगी धाकटी होऊन आली." दादांनी तिलाही मुलगी समजूनच सांभाळलं.

मला कळायला लागलं तसं आठवतंय, आमचे नातलग इतके होते, की घरात पाहुणे नाहीत, असा क्वचित एखादा दिवस असायचा. काळाच्या ओघात ते कमी-कमी झालं. ज्येष्ठ नातलग कालवश झाले, की दादा एकदम भावूक व्हायचे.

दादा दिवसातले बारा ते चौदा तास तर नक्कीच काम करायचे. दिवाळी आणि उन्हाळी सुट्टीमध्ये खूप नातलग आले, की आमच्यासाठी खूप खायला आणायचे. उसाचा रस, आईस्क्रीम, फळं असं बरंच काही आणत. कपडे मात्र दिवाळीला एक

नवीन जोड आणि शाळेला दोन ड्रेस एवढेच वर्षभरात मिळायचे. त्यामुळं कपडे जपून वापरायला लागायचे.

दादा चित्रं तर खूप छान काढायचे. मी लहान असताना ते मला पाटीवर पेन्सिलनं छानसं चित्र काढून देत. शिवदास काका, निर्मला काकू, चंदू आत्या आल्या, की रात्री गाण्याची मैफील जमायची. आईच्या माहेरची काही माणसं पुण्यात होती. त्यातली ठमा मावशी पिरंगुटे, कापसे मामा-मामी, होनराव बेबी मावशी आणि चंद्रकांत काका, नेहमी त्यांचं आणि आमचं कायम घरी येणं-जाणं असायचं. भाऊबीज साजरी करणं तर अजूनही आठवतं. बार्शी, श्रीरामपूर, वैराग, सोलापूर, तुळजापूर आणि पुण्यात खूप नातलग होते. ते नेहमी आमच्या घरी येत, त्यामुळं घरी कायम वर्दळ असायची.

आई देव-धर्म, पूजा-अर्चा, भजनी मंडळं, लिंगायत सेवा मंडळ यांच्याशी जोडली गेली, तर दादा नोकरी आणि दुकानदारी यात व्यस्त असायचे. माझ्या बालपणी त्यांच्याकडं बेबी जावा कंपनीची मोटारसायकल होती, हे मला चांगलंच आठवतंय. त्यावर बसून फिरायला खूप मजा यायची. आमची सायकलची दोन दुकानं होती. तरुण होतकरू मुलांना त्यांनी कामं दिली. त्यांना रिक्षा विकत घेऊन चालवणं आणि दुरुस्तीचं कामही शिकवलं. त्यातली श्रीकांत मते ही एकमेव व्यक्ती आता हयात आहे. विशेष म्हणजे त्यांनी मला पण ही छोटी-छोटी कामं, म्हणजे स्टोव्ह दुरुस्ती, गॅस शेगडी साफ करणं शिकवलं. कालांतरानं त्यातलं एक दुकान बंद करून एकच सुरू ठेवलं.

दादांनी मनपामध्ये नोकरी असल्यानं सगळ्या पेठा, दुकानदार यांच्याशी त्यांची चांगली ओळख होती. त्यांना बरेच लोक बापू, बापूसाहेब म्हणून हाक मारायचे. त्यांचा आवाज भारदस्त, करारी बाणा, त्यामुळं सगळे मनपा कामगार त्यांना आदरानं जरा घाबरूनच असायचे.

दादा पुण्यात आले तेव्हापासूनचे त्यांचे मित्र म्हणजे डांगे काका, सावंत काका, कळसकर काका, पांडू काका (फुलवाले जमदाडे), तापडीया, युसूफ भाई, गनीभाई. त्यातले वाघ काका हे मात्र शेवटपर्यंत त्यांचे मित्र होते. नातलग इतके की त्यांच्या मुलांची लग्नं ठरवली, संसार उभे करून दिले. त्यांचा परीघ इतका मोठा होता, की त्यांना भेटायला घरी नेहमी कोणी ना कोणी यायचं.

सगळी मिळून स्वाती आणि बंडू लोणकर, मयूर, राहुल, प्रिया बुटाले, गौरव शेंडे आणि घरातले विवेक, गणेश झाडबुके अशी आठ नातवंडं, तर थोरले जावई कै. शांताराम लोणकर (पत्रकार), मधले कै. अशोकराव बुटाले (हॉटेल व्यवसाय) आणि धाकटे जावई म्हणजे माझे यजमान श्री. चारुदत्त (ॲड एजन्सी व्यवसाय) यांना मुलासारखं प्रेम दिलं. दादा वहिनीचे सासरे नव्हे, तर वडील झाले. त्यांनी इतकं प्रेमानं

सर्वांचं केलं. सगळ्यांना लागेल ती मदत केली, मार्गदर्शन केलं.

सर्व व्याही लोणकर, बुटाले, शेंडे आणि वहिनीचे माहेर गाडवे, या सर्वांशी त्यांचा अगदी आदरयुक्त स्नेह होता.

शेवटची काही वर्षं त्यांची नेमणूक सदाशिव पेठेतच झाली. साने गुरुजी वसाहत, स.प. महाविद्यालयाच्या आसपासच त्यांचं मनपा आरोग्य खात्याचं कार्यालय होतं. सेवानिवृत्तीनंतरही सायकलचं दुकान सुरू राहावं, असं त्यांना वाटत होतं.

दादांनी दोन फ्लॅट घेतले. आईला तिच्या धार्मिक कार्यात कायम पाठिंबा दिला, पण ते स्वतः कधीही देवधर्म पूजाअर्चा करत नसत.

आईच्या वर्तुळात भजनी मंडळं, मैत्रिणी असत. त्यामुळं नवरात्रीमध्ये घरी भजनी मंडळ येत असे. ती पेटी वाजवायला शिकली. अनेक वर्षं ती लिंगायत महिला भजनी मंडळात पेटी वाजवत होती. तिच्यामुळंच मला गाण्याची, पेटी वाजवायची आवड लागली. तिच्यावर कै. संत शिवगंगामाई बार्शीकर यांचे भजनाचे आणि धार्मिक संस्कार अगदी लहान वयात असताना झाले. त्यामुळं तिनं भक्तीमार्गानं, तर दादांनी कर्ममार्गानं संसार केला. दोघांनी एकमेकांना त्यांच्या वर्तुळात जीवन जगू दिलं आणि नेटानं संसार केला.

शेवटची काही वर्षं मात्र दादांच्या मणक्यात गॅप पडल्यानं आजारपण, ऑपरेशन यात गेली. आईला दोन वेळा सौम्य अर्धांगवायूचा झटका आला. जवळचे खूप नातलग गेले, तसं हळूहळू नातलग येणं कमी झालं. आम्ही सर्व भावंडं संसारात रमलो. मग ते एकटेच टीव्हीवर मॅच बघत, सिनेमे बघत. कधीकधी मला त्या सिनेमाची सगळी माहिती सांगत. अगदी त्या सिनेमाची निर्मिती कशी झाली, कलाकार कोण होते, फोटोग्राफी कोणी केली, अशा सगळ्या आठवणी असायच्या त्यात.

दोन नातू, गौरव आणि गणेशला सांभाळणं, जेवायला घालणं, ते आनंदानं करत. स्वाती म्हणजे दादांची नात. तिचं लग्न झालं; पण ते अल्पकाळच टिकलं. ती 'सकाळ'मध्ये नोकरीला होती. तिचे बाबा लवकर गेले. याचा दादांना धक्का बसला. आयुष्यभर खूप संसार उभे केले, पण आपल्या नातीचं असं झालं, हे त्यांना सहन झालं नाही.

शेवटचे एक-दोन वर्षं तर ते झोपूनच असायचे. दूरदृष्टीनं सगळं काही उभं केलं. मुलानं म्हणजे अनिलनं व्यवसाय करावा, असं त्यांना नेहमी वाटायचं; पण त्यानं नोकरीचा निर्णय घेतला. मुलींना त्यांनी स्वावलंबी आणि सक्षम बनवलं. त्यांचं आर्थिक नियोजन तर इतकं उत्तम होतं, की कधीच कोणाला आर्थिक समस्या आली नाही. त्यांच्या गरजा कमी असल्यानं ते स्वावलंबी आणि स्वाभिमानी जीवन जगले. आमचे शेजारी हर्डीकर,

कुलकर्णी यांना पण त्यांचा आधार होता. स.प. महाविद्यालयात असणारे प्रा. घोडके सर हे तर त्यांचे मानसपुत्र होते.

असे आमचे दादा, त्यांनी आम्हाला कधीही, काहीही कमी पडू दिलं नाही. आई-दादांचे विचार भिन्न असूनदेखील दोघंही एकमेकांना स्पेस देत जगले. आम्ही सगळ्यांनी त्यांच्या लग्नाच्या पन्नाशीचा कार्यक्रम केला. त्यावेळी ते समाधानी, कृतकृत्य झाले होते. आम्हाला चार गोष्टी बोलून झाल्यावर, त्यांचा तापट स्वभाव, धाक याबद्दल त्यांना कुठंतरी खंत आहे, हे त्यांनीच सांगितलं.

आई-दादा, दोघंही अगदी समाधानानं जगले. शेवटी मात्र दादांना फुप्फुसाचा संसर्ग होण्याचं कारण झालं आणि चार दिवसात, म्हणजे १२ मार्च २००३ रोजी त्यांचं निधन झालं. एक पहाडी, उत्तुंग व्यक्तिमत्त्व काळाच्या पडद्याआड गेलं.

काही महिन्यांपूर्वी मला एक जुनं पासबुक सापडलं होतं. त्यातूनच माझ्या 'दूरदृष्टी' या कथेचा जन्म झाला. त्यांची आठवण या कथेच्या निमित्तानं मी सर्वांसाठी जागी केली आणि ठरवलं, की त्यांच्या बालपणापासून लिहू या. पुढील पिढीसाठी दादांचं व्यक्तिमत्त्व एक आदर्श म्हणून एका दीपस्तंभासारखं काम करेल.

या दोन लेखांच्या माध्यमातून मी आमच्या दादा-आईला ही आदरांजली अर्पण करते.

१२ मे २०२०

●●●

तुळशीबाग

खूप दिवस मनात आलं होतं, एका प्लेन साडीला बॉर्डर किंवा लेस लावावी. कॉलेजच्या कामातून जरा वेळ मिळाला. मी आणि मिस्टर रविवारी घराबाहेर पडलो. गाडी बिझीलँडमध्ये लावली आणि वॉचमनपासून आजूबाजूचे ओळखीचे एक-दोन चेहरे यांना म्हणाले,

''काय आज वहिनींसोबत, काय मोठी खरेदी की काय?''

''नाही हो, किरकोळ खरेदी; पण बायकोचं फर्मान म्हणल्यावर यावं लागलं.''

मग शनिपारच्या दिशेनं आमचा मोर्चा निघाला.

एका जुनाट दुकानात मनाजोगती बॉर्डर, लेस काहीच मिळेना; तेव्हा चला आता तुळशीबागेत. कारण दुसरा पर्यायच नव्हता. त्यामुळं गर्दी असली तरी जाऊ या, अशा निश्चयानं आमची पावलं तुळशीबागेच्या दिशेनं वळली. रस्ता ओलांडला तसं हळूहळू एक-एक दुकान बाहेरूनच बघत तुळशीबागेत शिरले. रस्त्यावरच्या दुकानांची रूपं बदललेली. गेली कित्येक वर्षं मी इकडं फिरकलेही नव्हते, हे ऐकलं तर पुण्यातल्या तमाम बायका आश्चर्यानं म्हणतील,

''काय, तुळशीबागेत जात नाही?''

पावलं अशोक एम्ब्रॉयडरीच्या दिशेनं वळली. पाहते तर काय, तिथं बोर्डही दिसत नव्हता. भलतंच दुकान दिसतंय, असं म्हणत पुढं गेले. आता चालायचं नाही, तर गर्दीत शिरायचंय, अशीच अवस्था होती. मग काय, नवऱ्याचा हात धरूनच गर्दीत शिरले.

वीसएक वर्षांपूर्वी, गणपतीच्या वेळेस गर्दीत शिरले होते, तसंच आताही शिरावं लागलं. बापरे! हे काय, सगळ्याचं दुकानांची रूपं पालटलेली. पर्सेस, ज्वेलरी, कॉस्मेटिक्स

याशिवाय काहीच नाही. ते लोकरीचे गुंडे, सुया, टिकल्या, मणी यांनी भरलेल्या मोहक बरण्या कुठंच दिसत नव्हत्या. एका छोट्या दुकानात लांबून बॉर्डर, लेस पाहिल्या आणि आत गेले; पण मनाजोगतं काहीच दिसेना, मग मोर्चा पुढं नेला.

चला, सम्राटच्या दुकानात; पण तिथंही ज्वेलरीच. आता काय? चला, पुढं गर्दीत कसंबसं दुसऱ्या टोकाला पोचले. तिथं एकच दुकान होतं, ते शेवटचं. नाहीतर परत जाऊ, असं म्हणून अनुराग नावाच्या दुकानात शिरले. तिथं मात्र मनाजोगती बॉर्डर मिळाली. मग मी अगदी खूश होऊन त्या नऊ मीटरच्या पट्टीसाठी ३८५ रुपये देऊन बाहेर पडले.

बाहेरच कॉर्नरला एक पूर्वी पाहिलेला भांडी विकणारा होता. पण त्याच्यासोबत एक वेगळाच तरुण मुलगाही होता. आधुनिक पद्धतीची छोटी-छोटी भांडी बघून कोणत्याही बाईला मोह होणारच. माझं सहज लक्ष गेलं. भातुकलीमधली छोटी-छोटी स्टीलची भांडी. एक तीन कप्प्याचा टिफीन पाहून सहज त्याला हात लावला, तर नवरा म्हणाला,

"हे काय? खेळण्यातली भांडी घेतेस की काय. काही नको आपल्याला."

"अहो, पण कालच पाहिलं, मनोजच्या बायकोनं याच डब्यात त्याला चटणी, लोणचं असं काहीतरी दिलं होतं."

माझं बोलणं पूर्ण व्हायच्या आत नवरा गर्दीत पुढं सरकला. नाईलाजानं डबा न घेताच

मी पुन्हा गर्दीतून, लोंढ्यातून बाहेर पडले आणि किरकोळ खरेदी करून आम्ही घर गाठलं.

दुसऱ्या दिवशी पहाटं लवकर जाग आली, तेव्हा मन पुन्हा तुळशीबागेत गेलं. कुठं गेली ती लोकरीची दुकानं? ते बालपण, शाळेतली दरवर्षीची शिवणकामाची खरेदी. घरात पितळी भातुकली होती, तीच खेळायची. मला एक बंब पण हवा होता; पण तो कधीच घेता आला नाही. हो, पण गौरव लहान होता, तेव्हा हौसेनं पुन्हा भातुकली आणली त्याच्यासाठी; शिवाय माझ्या आईनं त्याला बंबही घेऊन दिला, कारण मला देता आला नव्हता ना म्हणून.

खरंच काळाच्या ओघात किती बदललंय सगळं. शिवणकाम, विणकाम करणारे हात आता कॉम्प्युटर, मोबाईलमध्ये अडकलेत. तुळशीबागेतला ग्राहक बदलला, तशी दुकानांची तऱ्हाही बदलली. माझं मन मात्र आजही त्या लोकरीत, भातुकलीत अडकलेलं. आता बालपण पुन्हा येत नाही आणि बहिणीच्या नातीबरोबर खेळायचं तर तिच्याही हातात बार्बी डॉल आणि मोबाईल दिसतो. आपलं बालपण खूप मागं पडलं आणि आत्ताच्या बालकांचं बालपणच लवकर संपत चाललंय. या विचारात सकाळ कधी झाली कळलंच नाही. कदाचित या भातुकलीच्या आठवणीनं आणि मोहानंच मनोजच्या बायकोनंही तो डबा आणला असावा.

काहीही असो, पण सध्या मन मात्र त्या तुळशीबागेतच आहे. त्या बालपणी पाहिलेल्या आणि कॉलेजला गेलं, की तो छोटासा टिफीन रोज तिची आठवण करून देईल.

नोव्हेंबर २०१०

●●●

गैरहजर

२००५-०६ मधील एक अनुभव. सकाळची दहा-सव्वा दहाची वेळ असेल. मी वर्गात जायच्या तयारीत होते. इतक्यात एक पालक आले,

''बाई, तुम्हाला भेटायचं आहे; जरा बोलू का? माझा मुलगा विनय तुमच्या वर्गात आहे. त्याच्याबद्दल बोलायचं आहे.''

मी तर वर्गात जायला निघाले होते, पण थांबले.

''काय नाव? कोणती तुकडी? वर्ग सांगता का? रोल कॉल बघते." त्यांनी सांगितलं,

"१२ वी, तुकडी-अ, रोज येतो का बघा. नाव विनय कदम, रोल नंबर नाही माहिती.''

''असू दे, बघते मी. सापडलं नाव, पण तो येत नाही हो. आज आलाय का?''

''हो बाई, बाहेरच आहे उभा, बोलवतो त्याला.''

असं म्हणत त्याचे बाबा बाहेर गेले. आई आमच्या भूगोल विभागात थांबली. तिच्या नजरेत आणि चेहऱ्यावर काळजी स्पष्ट दिसत होती.

''बाई, तो रोज येतो म्हणतो कॉलेजला. पण तुम्ही म्हणता तो वर्गात येत नाही. असं का होतंय? काहीच कळत नाही. रोज जातो कुठं? त्याला क्लास पण लावलाय, गाडी घेऊन दिलीये." असा आमचा संवाद झाला.

थोड्या वेळात मुलगा आणि त्याचे बाबा आत आले. मुलाने घातलेले कपडे तर चांगले होते, पण केस वाढवलेले, एका कानात डूल घातलेला आणि तशा अवतारात तो माझ्या समोर उभा राहिला.

''काय रे, तू रोज येत नाहीस. पहिल्यांदा बघतेय मी तुला. आता किती दिवस राहिलेत, जानेवारीमध्ये तर प्रिलिम परीक्षा सुरू होईल. का येत नाहीस वर्गात? वर्गात

नेहमी येणारी मुलं लक्षात राहतात आमच्या; पण तुला कधी पाहिल्याचं आठवत नाही आणि हो, कानात घातलेला तो डूल काढून ये, नीट केस कापून ये उद्या.''

''हो मॅडम, येतो उद्या'', तो मुलगा म्हणाला. मग त्याला बाहेर पाठवलं आणि पालकांना सांगितलं,

''तुम्ही महागडी गाडी देताय, क्लास लावलाय, त्यापेक्षा त्याला बसनं पाठवा कॉलेजला. त्याला पाहिजे ते देताय, तेच तर चुकतंय तुमचं. त्याचे मित्र कोण आहेत, रोज कॉलेजमध्ये येतोय, की नाही, हे बघा की जरा.''

त्यावर त्याची आई म्हणाली,

''हो ना, आमचीच चूक झाली. आता रोज विचारते त्याला.'' एवढं बोलून त्या बाहेर पडल्या आणि मी वर्गात आले.

दुसऱ्या दिवशी विनय वर्गात आला. काही दिवस दिसला, पण परत गायब झाला. त्याच्या वर्गातल्या काही मुलांना निरोप दिला, पण तो आलाच नाही.

थोड्या दिवसांनी बारावीचे पेपर सुरू झाले. पहिला पेपर इंग्लिशचा होता. मी वर्गात पेपर वाटून हजेरी घेऊ लागले. बोर्डाच्या यादीमध्येच विद्यार्थ्यांचे फोटो असतात. एक-एक विद्यार्थी-विद्यार्थिनी पाहात-पाहात एक-एक बेंच पुढं जात होते, तर एक बेंच रिकामा

होता. आता पेपरही सुरू झाला. माझ्या हातात यादी होती. त्यामुळं त्या न आलेल्या विद्यार्थ्याचं नाव पाहावं म्हटलं, तर नाव होतं, विनय कदम. फोटो पाहिला, तर तोच तो मुलगा. कानात डूल घातलेला, केस वाढवलेला.

त्याच क्षणी मला त्याच्यापेक्षा जास्त त्याच्या आईची आठवली आली. त्यादिवशी त्या बाईच्या डोळ्यात तिच्या मुलासाठी पाणी आलं होतं. कारण तिच्या मुलासाठी तिनं खूप मोठी स्वप्नं पाहिली होती आणि आज तो मुलगा परीक्षेलाही गैरहजर होता. त्या बाईच्या विचारानं माझ्याही डोळ्यात टचकन् पाणी आलं. ते पाणी लपवून मी पुढच्या बेंचकडं गेले. डोळ्यासमोर सारखा त्या मुलाचा आणि त्याच्या आईचाच चेहरा येत होता.

वर्ष २०१६ पासून मी उपप्राचार्या झाले. आता पालकांची पिढी बदलली आहे. मोबाइल आले, तसा संपर्क वाढला. गैरहजर मुलामुलींना फोन केला, तर फोन घेत नाहीत. पालक भेटायला येतात आणि सांगतात,

''क्लास लावला आहे, सवलत द्या, फक्त प्रॅक्टिकलसाठी आला तर चालेल का?'' विज्ञानशाखेची ही समस्या आहे. कला आणि वाणिज्यशाखेची ही समस्या नाही. म्हणून प्रवेश घेतानाच आम्ही सांगतो, हजेरी आवश्यक आहे. गैरहजर राहिलात, तर काय नुकसान होईल, हे त्यांना पटवून द्यावं लागतं, तेव्हा नक्कीच फरक पडतो. तरीसुद्धा विनयसारखी मुलं-मुली असतील, तर निकालानंतर त्यांचे पालक हतबल होऊन भेटायला येतात.

आता विनय कुठं आहे? काय करतोय? माहीत नाही.

गैरहजेरी किती महागात पडते, आयुष्य कुठल्या कुठं वळण घेतं, हे त्यांनाच माहिती. आता आधी पालकांचं समुपदेशन करावं लागतं, त्यानंतर मुला-मुलींचं.

वर्ष २०३०! सर्वत्र ऑनलाइन शिक्षण असेल; कदाचित शाळा-कॉलेजमध्ये जायची गरज लागणार नाही. शिक्षक प्रत्यक्ष वर्गात नाही, तर आभासी वर्गात शिकवत असतील. कसं असेल ते शिक्षण? गेले वर्षभर तर आपण असंच शिक्षण देतोय; पण परिणाम काय दिसतोय?

२० एप्रिल २०२१

●●●

माहिती अधिकार

तीन वर्षं झाली या गोष्टीला. अकरावीची प्रवेश फेरी सुरू झाली होती. पहिली फेरी इन-हाउस कोटा प्रवेशाची झाली, त्यानंतर नियमित फेरीच्या प्रवेशाला सुरुवात झाली. आमच्यासारख्या मोठ्या कॉलेजमध्ये प्रवेश घेण्यासाठी, जो तो ठरावीक कॉलेजमध्ये प्रवेश पाहिजे म्हणून अडून बसतो. मे महिना काय, अगदी जानेवारी महिना सुरू झाला, की पालक चौकशी करायला येऊ लागतात. आता या प्रवेश प्रक्रियेबद्दल खूप काही सांगायचं आहे. कारण एक-एक गमतीदार किस्से आहेत. प्रशासक म्हणून काही वेळा माझी परीक्षा घेणारे, सहनशक्ती आजमावणारे पण प्रसंग आलेले आहेत. त्यातला हा एक किस्सा.

तर झालं काय, की प्रवेश फेरी सुरू झाली. पहिली फेरी संपली. ते ३-४ दिवस म्हणजे, अगदी रोज हजार तरी विद्यार्थी आणि पालक येतात. तुकड्या, विषय, माध्यम यानुसार प्रवेश देणं, फॉर्म भरून घेणं, फी घेणं, आयकार्ड देणं अशी अनेक कामं करायला किमान ३० जण तरी लागतात. त्यात शिक्षक आणि इतर कर्मचारी सहभागी होत असतात. एक मेळावाच असतो तो. तेव्हा झालं असं, की एक माणूस संध्याकाळी दोन-तीन वेळा शिपायाला भेटून गेला होता. दुसरी प्रवेश फेरी सुरू होणार होती, म्हणून त्याची तयारी केली, वेळापत्रक लावलं. पण अचानक आदेश आला, की कोर्टानं अल्पसंख्यक कोटा प्रवेश पूर्ण करण्याचा आदेश दिलाय. त्यामुळं दुसरी फेरी पुढं गेली. नवीन तारखा आल्यामुळं आम्ही तशी सूचना लावली. त्यानंतर दुसरी फेरी झाली, प्रवेशही झाले.

शनिवारी फेरी संपली. मी एकटीच बसून काम करत होते. सगळे जण काम संपवून घरी गेले होते. हाफ-डेमुळं ऑफिस पण बंद होतं. दुपारी चार वाजले असतील, जितू म्हणजे माझ्या ऑफिसचा शिपाई आत आला आणि म्हणाला,

''मॅडम, एक माणूस आलाय, तो या आधीही २-३ वेळा उशिरा येऊन गेला होता. पण आज लवकर आलाय. आत पाठवू का? तो सारखं म्हणतोय तुमच्या मॅडमना भेटायचंय म्हणून. त्यानं कार्ड पण दिलंय, हे घ्या.''

''बरं, पाठव त्यांना आत.'' मी कार्ड टेबलावर ठेवत शिपायाला सांगितलं. माझ्याकडं असे अनेक काड्र्स जमा झालेत. कार्ड दिलं की प्रवेश मिळतो, अशी पालकांची भाबडी समजूत असते; पण तसं काही होत नाही.

''ऑनलाइन खेरीज एकही प्रवेश होणार नाही, व्यवस्थापन कोटा प्रत्यर्पित केला आहे'', असं अगदी ठासून सांगितलं, की पालक समजतात, आपली डाळ इथं शिजणार नाही म्हणून! असो.

हा माणूस आत आला आणि म्हणाला,

''बसू का? मला तुमच्याशी जरा बोलायचंय.''

''हं, बसा. बोला काय काम आहे?''

''एक मुलगी आहे, तिची ॲडमिशन करायचीये. होईल का?''

''ऑनलाइन नंबर लागलाय का तिचा?''

''नाही. डायरेक्ट पाहिजे.''

''मग नाही होणार.''

''का बरं? इन-हाउस कोटा आहे ना त्यात करा की. मी माहिती अधिकारात विचारतो. सांगा किती जागा भरल्यात आणि किती उरल्यात? तुमच्या माहितीसाठी सांगतो, मी अशी बरीच कामं करतो'', असं म्हणत त्यानं एक मोठी फाइल पुढं केली.

''असू दे. ती मुलगी आमच्या नूमवि शाळेची आहे का? आणि असली तरी कोटा प्रवेश पूर्ण झाले आहेत, तेव्हा फॉर्म भरला होता का? नसेल तर आता नाही होणार.''

''नाही, ती तुमच्या शाळेची नाहीये.''

''मग कोटा प्रवेश पण नसताच झाला.''

आमचा संवाद सुरू होता, तेव्हा कळलं की या माणसानं आणखी एक माणूस त्याच्या बरोबर आणलाय. तोही अगदी तयारीतच बाहेर उभा होता, म्हणजे आमच्यावर दबाव आणण्यासाठी यांनी चांगलीच सोय केली होती तर.

''पण तुम्ही तिचा प्रवेश कोट्यांतर्गत का करत नाहीये? कोर्टाचा तसा आदेश आलाय, माहीत नाहीये का तुम्हाला?''

तो माणूस तावातावानं बोलू लागला. मी मात्र शांतपणे, पण अगदी ठामपणे बोलत होते,

''हो, माहितीये आणि तुम्हालाही दाखवते. हा घ्या, यात अल्पसंख्यक कोटा पूर्ण करण्याचा आदेश आहे. त्यानंतर प्रवेशाची दुसरी फेरी झालीये. आता कोणता कोटा

प्रवेश होईल?''

त्यावर त्याचा प्रश्न.

''मग तुमचं कॉलेज नाहीये का अल्पसंख्यक?''

''तुम्ही अल्पसंख्यक कॉलेजची माहिती घेतलीये का? अल्पसंख्य म्हणजे काय? अशी एकूण सगळी माहिती घ्या आधी, तिचा नीट अभ्यास करा'', असं म्हणून मी त्यांना काही कॉलेजेसची नावं दिली.

त्यांना मुलीचं नाव विचारलं, तर ती अल्पसंख्यमध्ये नव्हतीच. म्हणजे तिचा प्रवेश

तसाही झालाच नसता. तिला ऑनलाइन फेरीशिवाय दुसरा पर्यायच नव्हता.

''मग, नाही होणार का ॲडमिशन?''

''नाही होणार. कसं आहे ना, तुमची माहिती आणि अभ्यास इथं जरा कमी पडला. त्यामुळं विनाकारण तुमचा आणि माझाही वेळ वाया गेला बघा. परत येताना नीट अभ्यास करून मगच या'', असं मी त्यांना शांतपणे सांगितलं. तो माणूस खजील नजरेनं उठला आणि 'सॉरी' म्हणून बाहेर पडला.

नंतर जितू आत आला आणि म्हणाला,

''मॅडम गेले दोघं. जाताना अगदी तोंड उतरलं होतं त्यांचं.''

''जितू, ऑफिस बंद कर, मी निघतेय आता'', असं म्हणून मी उठले. आज मी एक धडा शिकले होते. आपला अभ्यास पक्का पाहिजे. सगळी नीट माहिती असेल, तर आणि तरच आपण ठामपणे बोलू शकतो. नुसती खुर्ची, अधिकार मिळून उपयोग नसतो. काय करायचं नाही आणि काय करायचंय हे मनात पक्कं पाहिजे.

मुख्य म्हणजे सतत अभ्यास करणं, जागरूक राहणं हे प्रशासक म्हणून खूप गरजेचं आहे, हेच खरं. असे अनेक अनुभव आलेत, या पुढंही येतील. ते मी वेळोवेळी सांगीनच तुम्हाला. त्यातून तुमची करमणूक होईल की नाही माहीत नाही; पण हे अनुभव तुम्हाला आयुष्यात कुठं ना कुठं नक्कीच उपयोगी पडतील!

१२ मार्च २०२०

●●●

दृष्टी

आज नेहमीचं काम संपवून घरी निघाले. रमाबाई हॉलजवळ सायकल स्टँडपाशी काम सुरू होतं. कुठं कुठं वळसे घालून एकदाची गेटपाशी पोहोचले. सहज लक्ष गेलं, तर समोर मोठा खड्डा, नव्हे एखादा तलाव खोदावा इतकं खोल आयताकृती खोदलेलं. पुढं गेले अन् एकदम आठवलं. म्हणून लगेच मागं येऊन एक फोटो घेतला. नवीन सिलॅबसमध्ये एक प्रॅक्टिकल आहे, सॉइल प्रोफाइलचं. खड्डा खणला कशाला, पण उपयोग मात्र मला झाला. शेजारीच उभ्या असलेल्या सणस यांना विचारलं,

''किती फूट आहे?'' तेवढ्यात राहुल सर आले आणि म्हणाले,

''मॅडम काय करताय? काहीतरी कामाचं दिसतंय. नाहीतर तुम्ही उगाच नाही फोटो काढणार?''

''अरे, माझा प्रॅक्टिकलचा टॉपिक आहे, आता मी कुठं खड्डा खोदायला जाऊ? त्यामुळं आहे समोर तर, घ्यावा म्हटलं उपयोग करून.'' नंतर विद्या सायकल स्टँडजवळ आली आणि विचारू लागली,

''काय बघतेस? अगं किती फूट खोल आहे हा खड्डा?''

''असेल ६-७ फूट.''

''नाही गं, १० फूट तरी वाटतोय.''

''सणस, सांगा बरं किती फूट आहे ते?'' तेव्हा सणस जवळ आले आणि सगळी लांबी-रुंदी-खोली आणि काय-काय करणार ते अगदी सविस्तर सांगितलं.

राहुल म्हणाला,

''अगदी साधा खड्डा दिसला तरी तुम्ही किती वेगळ्या दृष्टीनं बघता मॅडम.''

घरी आले आणि आधी माझ्या सरांना फोटो पाठवला. थोड्याच वेळानं त्यांचा रिप्लाय आला. सॉइल प्रोफाइल, कोणते थर कसे आहेत? माझ्या सर्व प्रश्नांची उत्तरं मिळाली. लगेच वंदनाला फोटो आणि माहिती पाठवली. ती तर खूपच खूश झाली आणि म्हणाली,

"आपण उद्याच विद्यार्थ्यांना फोटो काढायला सांगू. त्यानंतर आवश्यक ती माहिती देऊन शिकवू." बाकीच्या शिक्षकांना पण मेसेज आणि फोटो दिले. सॉइल प्रोफाइलचं प्रॅक्टिकल असं व्हॉट्सॲपवर शिकले. खऱ्या अर्थानं आज माझं ई-लर्निंग झालं. एक गोष्ट खूप जाणवली. आज माझे सर असते, तर समोर बसून खरं नीट शिकता आलं असतं.

पण आता गुरू समोर नसूनही व्हॉट्सॲपनं मला मदत केली. सरांचे किती आभार मानू. ते मोजताही येणार नाहीत, इतकी मदत आमचे गुरुजन करतात. ऐनवेळी व्हॉट्सॲपनं मला मदत केली, मला एक वेगळी दृष्टी दिली.

आयुष्यात काहीही वाया जात नाही, की नष्ट होत नाही. आपण शिकवत राहातो, त्या आधी शिकत राहणं हे खूप महत्त्वाचं आहे. नवीन पिढी खूप हुशार आहे; पण शिकण्याची आस, जी असायला पाहिजे, ती या टक्केवारीच्या मागं लागून कुठंतरी कमी पडतीये, हेच खरं. त्या सायकल स्टँडचे खूप आभार. जाता-जाता त्याने मला खूप काही शिकवलं आणि एक वेगळीच दृष्टी दिली!

७ फेब्रुवारी २०२०

●●●

साठे अँड साठे

अगदी काल-परवा ९ मार्चला घडलेला प्रसंग. दोन दिवसांपूर्वी एक तरुण मुलगा ऑफिसमध्ये आला. मी नेहमीप्रमाणं बारावी परीक्षेच्या कामकाजात व्यस्त होते.

''शेंडे मॅडम तुम्ही का? मी बाहेर गेटवर विचारलं, तर तुम्हाला भेटा म्हणाले'', असं म्हणत एक मुलगा समोर येऊन उभा राहिला. त्याच्या हातात एक पाकीट होतं.

''मॅडम, हे कोटेशन आहे, साठे सर आहेत का? हे पाकीट द्याल का त्यांना? मी फिनाइल, लिक्विड, सोप सप्लाय करतो. तुमची काही मागणी असेल तर तेही सांगा.'' मी फक्त 'हो' म्हणाले आणि पाकीट बाजूला ठेवून माझं काम करत बसले. साठे सर त्यांचं काम करून घरी निघाले. जाता जाता ते नेहमीप्रमाणं आत आले आणि म्हणाले,

''मॅडम, जातो मी, राहुल सर पेपर सबमिट करून घरी गेलेत.''

''थांबा सर, एक मुलगा आला होता, एक पाकीट देऊन गेलाय, हे घ्या. भांडारासाठी असेल हे कोटेशन'', मी म्हणाले. फार बोलत बसायला त्यांनाही वेळ नव्हता.

''बघतो कसलं आहे ते'', असं म्हणून ते पाकीट घेऊन घरी गेले.

दोन दिवसांनी पुन्हा तोच मुलगा आला. येऊन माझ्या समोरच उभा राहिला. खरं तर मी कामात होते, म्हणून माझं लक्षही गेलं नाही, फक्त कोणीतरी आल्याची चाहूल लागली.

''मॅडम, ओळखलं का मला? मी प्रमोद. मी परवाच येऊन गेलोय.'' मी वर पाहिलं, तर तोच मुलगा.

''हो, ओळखलं ना.''

''मॅडम, तुम्ही साठे सरांना पाकीट दिलं नाहीये का? ते म्हणाले, त्यांना पाकीटच मिळालं नाहीये. मला लांजेकर मॅडमला जाऊन भेटा म्हणाले ते. मी सरांना कॉल केला होता.'' मी सावध

झाले, असं का म्हणतोय हा मुलगा?

"अरे, मी तर सरांना पाकीट दिलंय आणि इथं लांजेकर नावाच्या कोणीही मॅडम नाहीत. मग सर असं का सांगतील? काहीतरी घोटाळा आहे."

"नाही मॅडम, त्यांनी मला हेच नाव सांगितलंय, मग कोणी रांजेकर आहेत का? बाहेर मी गेटवर विचारलं, पण तिथं सांगितलं की या नावाच्या कोणी मॅडम नाहीत म्हणून."

"बरं, मी त्यांना फोन करते."

"साठे सर, तुम्हाला भेटायला प्रमोद नावाचा मुलगा आलाय, ते पाकीट दिलं होतं बघा त्यानं, तोच मुलगा आलाय."

"आलोच मॅडम, थोडा वेळ लागेल. मी जरा बाहेर आलोय."

"ओके", असं म्हणून मी फोन ठेवला. माझं काम पूर्ण करून, मी ती फाइल कपाट उघडून आत ठेवली, कुलूप लावलं आणि त्या मुलाशी बोलत बसले. त्याचा नेमका व्यवसाय काय? तो राहातो कुठं? अशा आमच्या गप्पा सुरू होत्या. तो आधी नोकरी करायचा, पण नंतर त्याने स्वःताचा व्यवसाय करायचा म्हणून नोकरी सोडली. त्याचा नेमका व्यवसाय, कोणकोणती उत्पादनं तयार होतात, ती कुठं कुठं विकली जातात, या सगळ्याविषयी त्यानं मला सांगितलं.

"सध्या व्यवसाय करणं किती कठीण आहे मॅडम, कामगार पण मिळत नाहीत", प्रमोद म्हणाला.

"अरे, व्यवसाय काय किंवा नोकरी काय, आपण आपली कामं करावीत आणि ती आलीच पाहिजेत. दुसऱ्याच्या जिवावर काही करू नये. कुठंही जा, कामगार आले नाहीत, तर मालकालाच सगळं करता आलं पाहिजे, सगळी माहिती पाहिजे. म्हणून तर आता यंत्र आणून काम करतात. सगळं काही यांत्रिक झालंय, त्यामुळं कामगार कमी लागतात. तुमची ऑर्डर वेळेत पूर्ण केली, तरच तुमचा व्यवसाय टिकंल. अगदी हॉटेलमध्ये आचारी नसतील, तर मालक स्वतः किचनमध्ये उभं राहातात. तू यंत्रांचा वापर केलास, तर कामगार कमी लागतील, पण तुला यंत्रांची सगळी माहिती असायला. म्हणजे कामगार कसं काम करतात? याकडंही तुझं लक्ष पाहिजे."

"मॅडम, तुम्हाला बरीच माहितीये, पण तुम्ही कसं काय इतकं सांगू शकता बरं?" माझं बोलणं ऐकून त्याला आश्चर्य वाटलं.

"अरे, माझ्या माहेरी आणि सासरी ३-४ पिढ्या व्यवसायात आहेत, म्हणून तर मी हे सांगू शकतेय." थोड्या वेळानं साठे सर आले. आता विचार केला, की आधी या लांजेकर बाई कोण आहेत, हे शोधावं आणि त्यानिमित्तानं सरांची जरा फिरकी घ्यावी.

"काय हो सर, कोण आहेत ह्या लांजेकर मॅडम? आणि आम्हाला कशा माहीत नाहीत? तुम्ही याला त्यांना भेटायला सांगितलंय, या कोणी नवीन उपप्राचार्या आहेत का इथल्या?"

माझं बोलणं ऐकून साठे सर पण गडबडले आणि म्हणाले,

''काय? मी सांगितलं? मी का बरं असं सांगेन मॅडम? मला तर यांचा फोन पण आला नव्हता.''

खरा प्रकार काही वेगळाच होता. आता चेष्टा नको, अगदी खरं शोधावं, नेमका काय प्रकार आहे ते.

''थांबा सर, आता आपण शोधू, कोण आहेत ते दुसरे साठे सर. अरे, तू तो नंबर कोणता आहे, दाखव बरं?''

त्यानं दाखवलेला नंबर साठे सरांचा नव्हता. ''आता लाव त्यांना परत फोन.'' मी आणि साठे सर म्हणालो. त्याने फोन लावला,

''हॅलो, मी प्रमोद बोलतोय. साठे सर का? तुम्ही मला लांजेकर मॅडमना भेटा, असं सांगितलं होतं. सर मी आलोय एस.पी.मध्ये, इथं नाहीयेत त्या नावाच्या कोणी मॅडम.''

''हो, मी साठे सरच आहे, पण मी बीएमसीसीमध्ये असतो. तिथं लांजेकर मॅडम आहेत. तुम्ही एस.पी.मध्ये कशाला गेलात?''

''खरा गोंधळ काय झाला, हे आत्ता लक्षात आलं सर. दोन साठे सर आहेत. हा मुलगा त्या कॉलेजला न जाता इथं आलाय. साठे सर दोन आहेत; पण त्यांचं कॉलेज कोणतं? हे त्यानं मोबाईलमध्ये सेव्हच केलं नाही, म्हणून सगळा गोंधळ झाला'', असं म्हणून मी, साठे सर आणि शेजारी उभे असलेले शिपाई, आम्ही सगळे हसू लागलो.

१३ मार्च २०२०

●●●

प्रवेश माहिती केंद्र

आज लॉकडाउनला १५ दिवस झाले. घरकाम करणं, जेवणं, झोपणं, बातम्या बघणं, व्हॉट्सअॅप, फेसबुक हेच सुरू आहे. कंटाळा आलाय; पण घरात थांबणं खूप खूप गरजेचं आहे. एरवी न मिळणारा निवांत वेळ सत्कारणी लावू, म्हणून आज 'लिहू या एखाद्या विषयावर', असं मी ठरवलं. आजचा विषय घेऊ, प्रवेश माहिती केंद्र. बरं, हा विषय का घेतलाय, तर यात खूप गमती आहेत, वेगवेगळे अनुभव आहेत म्हणून. तेच आता मी तुम्हाला सांगतेय. बाकीचे प्रशासकीय अनुभव खूप आहेत, त्यावर वेगळं लिहीन.

तर मी काय सांगत होते? हो, वर्ष २०१६, इयत्ता अकरावी प्रवेश, पहिली फेरी पूर्ण झाली. त्याच दरम्यान पर्यवेक्षक पद भरण्यात येणार होतं. तसंच शास्त्रशाखेसाठीसुद्धा एक पर्यवेक्षक आवश्यक होते.

सेवा ज्येष्ठतेनुसार मी आणि संगीता धर्माधिकारी दोघींना याबाबत विचारणा झाली. मला एक दिवस बर्वेबाईंनी बोलवलं आणि सांगितलं,

"तुम्ही पर्यवेक्षक पद घ्या, नाही म्हणू नका. कारण दोन महिन्यात मी रिटायर होणार आहे, त्यामुळं तेही पद तुम्हाला सांभाळायचं आहे."

बर्वेबाई आमच्या उपप्राचार्या, सप्टेंबर २०१६ मध्येच त्यांचं पद रिकामं होणार होतं. म्हणजे आता मला जबाबदारी घ्यावी लागणार होती. मी विचार केला, आता हे काम सुरू करू या. बाईंसोबत काम करून अनुभव मिळेल. मी होकार दिला आणि मला कला शाखा पर्यवेक्षक पदासाठीचं 'शिक्षण प्रसारक मंडळी'कडून नेमणूक झाल्याचं पत्र मिळालं. संगीताला शास्त्र शाखेसाठी पर्यवेक्षक पदाचं पत्र मिळालं.

मी या आधी फक्त भूगोलाची शिक्षिका म्हणून कामं केलं होते. इतर कोणत्याही प्रकारे,

कोणत्याही समितीवर काम केल्याचा फार अनुभव नव्हता. त्यामुळं हे पद मी स्वीकारलं, तेव्हा मला ते काम जमेल का? झेपेल का? अशी शंका कोणाला आली असेल, तर त्यात वावगं काहीच नव्हतं. आम्ही दोघींनी होकार दिला आणि काम सुरू केलं. आम्हाला बर्वेबाई मार्गदर्शन करत होत्याच. त्यानंतर दोन महिन्यांनी मी उपप्राचार्या झाले.

दरवर्षी मे-जूनच्या सुमारास अकरावी प्रवेशाचं काम सुरू होतं. त्यातच आमचं स. प. महाविद्यालय, पुणे शहर विभागात एकच मार्गदर्शन केंद्र आहे. अर्थात उपप्राचार्य हे झोनप्रमुख असतात आणि सोबत पर्यवेक्षक. एक-दोन शिक्षक हे मार्गदर्शन केंद्राचे साहाय्यक म्हणून काम करतात. त्यामुळं रोज प्रवेश केंद्रावर खूप पालक, विद्यार्थी प्रवेशाबाबत माहिती घेण्यासाठी येतात. दिवसभर हे काम अगदी शांतपणे करायचं.कोणालाही, कसलीही मदत लागल्यास करावी लागते. माहिती पुस्तिका विक्री झाल्यानंतर फॉर्म भरून देण्याचं पण काम असतं. पुण्याच्या बाहेरील विद्यार्थी या केंद्राकडं येतात. पुणे आणि पिंपरी-चिंचवड मिळून अशी नऊ केंद्रं आहेत, त्यातलं आमचं एक मोठं केंद्र. गेल्या चार वर्षांत म्हणजे २०१६-२०२० मध्ये दरवर्षी असे काही अनुभव आले आहेत, की आता सर्व फेऱ्या (११ वी प्रवेशाच्या) कधी संपतील? असं दरवर्षी वाटतं. नक्की आपण शिक्षक आहोत की कॉलसेंटरवर काम करतोय, की रेल्वे स्टेशनवर बुकिंग ऑफिसमध्ये काम करतोय असंच काहीसं वाटतं, इतके प्रश्न विचारले जातात. खरं तर प्रवेशाची सर्व माहिती पुस्तिकेत असते; पण ती वाचणार कोण? सगळी माहिती आम्ही द्यायची. बरं, बाहेर नोटीस बोर्ड आहे, त्यावरसुद्धा माहिती असते. ती वाचायची नाही, वाचली तरी पुन्हा आम्ही सांगावी असं असतं, त्याशिवाय पालकांचं समाधान होत नाहीच. अगदी लाइव्ह-शो पाहिजे म्हणा ना!

गंमत म्हणजे आधी शिपाई, नंतर शिक्षक, नंतर पर्यवेक्षक आणि नाहीच समाधान झालं, तर उपप्राचार्य असं रांगेनं चार जणांना तेच-तेच प्रश्न विचारायचे. नंतर जोपर्यंत प्रवेश मिळत नाही, तोपर्यंत तेच-तेच पालक पुन्हा-पुन्हा येत राहातात. बरं, पुण्याबाहेरचे पालक असतातच; पण पुण्यातली आठ केंद्रं सोडून, पुण्यामधले बरेच पालक इथंच का येतात? असं विचारलं तर म्हणतात,

''इथं सर्व माहिती नीट दिली जाते म्हणून.''

''असं काही नाही हो, सर्व केंद्रं नीटच माहिती देतात'', इति आम्ही सर्व. पण पालकांचं समाधान होत नाही, म्हणून एकावेळी ते दोन-तीन केंद्रांवर जात असावेत.

अजून एक प्रकार म्हणजे, आमचे फोन नंबर्स माहिती पुस्तिकेत असतात, त्यामुळं लाइव्ह-शोबरोबर हे काम फोनवरसुद्धा सुरू असतं. प्रश्नाचे तर एक-एक नमुने असतात.

''हॅलो, वेबसाइट कधी सुरू होईल?''

उत्तर - ''१० वाजता.''

''तुमच्या कॉलेजमध्ये हॉस्टेल आहे का? त्याची फी किती आहे?''

उत्तर - ''ॲडमिशन मिळाल्यानंतरच हॉस्टेलचा फॉर्म भरा.''

''तुमच्याकडं अटेंडन्स कम्पल्सरी आहे? नाही म्हणजे आम्ही क्लास पण लावलाय आणि त्यासाठी ३ लाख फी पण भरलीये. त्यामुळं कॉलेजला नाही आलं, तर चालेल का?''

खरं तर खूप राग येतो अशा प्रश्नांचा, पण त्यांना शांतपणे सांगावं लागतं,

''७५% हजेरी पाहिजेच, नाहीतर तुम्ही असं करा, दुसरीकडं प्रवेश घ्या.'' समोर पालक उभे असतात आणि असंच सगळं सुरू असतं.

काही वेळा सगळं कुटुंब माहिती घ्यायला येतं. इतकी गर्दी, गोंगाट असतो की कळत नाही मंडई आहे की कॉलेज? ते वातावरण बघून तर असंच वाटत असतं.

एके दिवशी दहा-वीस पालक एकत्र येतात.

''आम्ही एकाच शाळेत आहोत, म्हणजे आमची मुलं. आमचा पालकांचा ग्रुप आहे. थोडी माहिती पाहिजे.''

''बोला, काय माहिती पाहिजे?'' मग आमचा एकत्र कार्यक्रम सुरू होतो. आमच्याकडील शाखा, विषय, फी, वेळापत्रक, उपक्रम अशी सर्व सविस्तर माहिती देतो. त्याचा फायदा असा होतो, की एकाच वेळी सर्वांना माहिती मिळते आणि त्यामुळं वेळही वाचतो. दरवर्षी असे आमच्या एस.पी.एम. शाळेचे पालक येतात. सगळे खूप जागरूक, शिक्षित असतात. ८५ ते अगदी ९९% गुण मिळवून आमच्याकडं नक्की प्रवेश घेणारे त्यांचे पाल्य असतात. अशा मुलांची आमच्याकडं इन-हाउस कोट्यामध्ये, अगदी मेरिटवर सहज ॲडमिशन्स होतात, त्याचा आम्हालाही फायदा होतो.

आता बोलू या, पालकांच्या वेगवेगळ्या प्रकारांवर. म्हणजे थोडक्यात पालकांच्या मानसिकतेवर.

- प्रकार एक - मुलं आणि पालक दोघंही ठाम. नक्की काय करायचंय हे ठरलेलं, अगदी फोकस्ड असतात.
- प्रकार दोन - दहावीच्या गुणांवरून काय करायचंय ते ठरवणारे.
- प्रकार तीन - नक्की पुढं काय करायचंय, हेच ठरत नाहीये.
- प्रकार चार - घरी कोणीच शिकलेलं नाही, त्यामुळं सगळं काही नशिबावर आणि प्रवेशावर सोडलेलं.
- प्रकार पाच - मार्क्स कमी मिळाले, तरी पैसे आहेतच, त्यामुळं पाहिजे तिथं प्रवेश घेऊ.
- प्रकार सहा - आम्हाला डॉक्टर, इंजिनिअर होता आलं नाही, म्हणून मुलांनी सायन्स

घ्यावं. (त्यांची कुवत, आवड आहे का? हे महत्त्वाचं नाही.)

- प्रकार सात - ग्रामीण भागातल्या मुलांनी आता खेड्यात राहू नये, शेती करू नये. हुशार आहे, म्हणून शहरात आलोय. हॉस्टेल, अगदी फ्लॅट घेऊन राहायची तयारी आहे, असे श्रीमंत पालक किंवा आर्थिक परिस्थिती गरिबीची असली, तरी अगदी कर्ज काढून द्यायची तयारी असणारे. कारण शिकून तरी गरिबी कमी होईल असं त्यांना वाटतं.
- प्रकार आठ - परदेशात जायचं आहे. दोन वर्षं चांगल्या कॉलेजमध्ये काढली, तर चांगली युनिव्हर्सिटी मिळेल.
- प्रकार नऊ - पुण्यात शिक्षण चांगलं आहे, काहींना पुण्याची ओढ किंवा आकर्षण असतं. इतकं कमी की काय, आम्हाला आधी वर्ग, हॉस्टेल, रूम दाखवा, मग ठरवू प्रवेशाचं, असंही म्हणणारे महान पालक आहेत.

माहिती केंद्रावर केवळ माहिती नव्हे, तर पालक आणि विद्यार्थी यांचं समुपदेशन पण करावं लागतं. कारण त्यांचे प्रश्न, आवडी, स्वभाव, आर्थिक, सामाजिक स्तर भिन्न असतो. हे सर्व करत असताना आम्हाला डोक्यावर बर्फ आणि तोंडात साखर ठेवून त्यांच्याशी बोलावं लागतं. जसजशा प्रवेश फेऱ्या होतात, तसं त्यांचं नियोजन करणं, प्रवेश करणं हे सुरू असतंच. पण ज्यांना अजून कुठंही प्रवेश मिळाला नाही, त्यांच्यासाठी केंद्राकडून कटऑफ, शिल्लक जागा ही माहिती देणं, त्यांचा राग, उद्रेक झेलणं हेसुद्धा आलंच.

अजून एक प्रश्न, ज्याचं उत्तर आम्ही देऊ शकत नाही.

''कटऑफ किती येईल?'' (आम्ही ज्योतिषी नाहीत. एक वेळ वेधशाळेचे अंदाज अचूक येतील, पण आमचे नाही.)

तरी बरं व्यवस्थापन कोटा आम्ही दरवर्षी सरेंडर करतो. तरीसुद्धा, 'काहीही करून प्रवेश द्या', असं म्हणत येणारे पालक असतात. त्यांना हात जोडून नम्रपणे, 'एकच मार्ग, ऑनलाइन प्रवेश' असं म्हणायचं. त्यावर आपण अगदी ठाम राहायचं, म्हणजे त्यांना काय ते कळतं. मग ते आपला फार वेळ खात नाहीत.

हे सर्व करायला लागणारी ताकद, स्वास्थ्य चांगलं ठेवून वापरायची. दिवस काय, अगदी रात्रीसुद्धा पालक, विद्यार्थी फोन करतात, तेव्हा त्यांच्याशी न रागावता, शांतपणाने बोलायचं, ही एक कसरतच असते.

अनेक वेळा असं होतं, की प्रवेश घेण्याची मुदत संपल्यावर पालक येतात. (बाहेर त्यांचा एखादा कार्यकर्ता उभा असतो.)

''वेळेत का आला नाहीत?'' असं विचारल्यावर उत्तरं बघा कशी असतात.

''माहीत नव्हतं, गावाला गेलो होतो, लग्न होतं.''

''आम्हाला शाळेनं माहिती दिली नाही, पालक सभा घेतली नाही.'' (किती खोटं

बोलायचं?) त्यावर माझं उत्तर,

''अहो, पालक सभा झाली होती तुमच्या शाळेत, त्याचा रिपोर्ट आहे माझ्याकडं, हा बघा.'' त्यानंतर खरं कारण बाहेर येतं.

एका मुलीच्या पालकांनी तर माहिती अधिकारवाला कार्यकर्ता आणला होता सोबत. त्यांनी इन-हाउस कोट्यासाठी फॉर्म भरला नव्हता; पण प्रवेशासाठी भांडण सुरू केलं. अगदी शिक्षण उपसंचालकांकडे तक्रार दिली, उपोषण सुरू केलं. त्यांनी आमचे रेकॉर्ड तपासले, ते चोख होते. मुलीनं फॉर्म भरला नव्हता हे सिद्ध झालं. तोच कार्यकर्ता एकदा २०-२५ मुलं घेऊन फॉर्म भरायला आला. खरं तर हे काम शाळा करते, मुलं पुणे, पिंपरी-चिंचवड शाळेत असतील तर.

मी विचारलं,

''शाळेत का नाही भरला ऑनलाइन फॉर्म?''

त्यांचं उत्तर 'शाळा बंद आहे.' (शनिवार दुपारी शाळा बंद असते. आम्ही मात्र केंद्र सुरू ठेवतो). अजून एक कॉमन कारण, 'आजी वारली.' म्हणजे हलगर्जीपणा यांचा आणि बिचारी आजी मारायची कारण सांगायला. तेव्हा त्यांना 'आता थांबा, पुढच्या फेरीला बघा', असं बजावून सांगावं लागतं.

अजून एक गट येतो, दहावी नापास. एटीकेटी आहे, पण अकरावीला प्रवेश पाहिजे.

'आधी दहावी पास व्हा' हे खूप समजावून सांगावं लागतं, अशा प्रकारे आमचं काम सुरू असतं.

हळूहळू प्रवेश पूर्ण होतात. त्यानंतर अजून एक गट येतो. प्रवेश झाला, पण शाखा बदलून मिळेल का? विषय, तुकडी बदलून मिळेल का? हे सुरूच राहतं. विचार बदलला, की प्रवेश रद्द करायला पण येतात. ती प्रक्रिया पूर्ण करून त्यांना दाखला परत देणं, हे पण काम आलंच. जसजसे दिवस आणि फेऱ्या पुढं जातात, तसतसा डोक्यावरचा बर्फ वितळत जातो आणि तोंडामधली साखर? ती मात्र कमी नाही झाली पाहिजे बरं का. शेवटी काय, हे सगळं टीमवर्क आहे. सर्व शिक्षक सहकार्य करतात, त्यामुळं दरवर्षी सगळं काम छान होतं. कारण आम्ही प्रवेश कामाचीही मजा घेतो. एक-एक अनुभव आठवून हसत राहातो.

३० मार्च २०२०

●●●

लॉकडाउन

१४ एप्रिलनंतर लॉकडाउन उठलं तर बरं, असा विचार केला. पण कसलं काय. उलट ३ मेपर्यंत वाढवलं. एक महिन्याचं किराणा सामान आणून ठेवलं होतं, ते आता संपत आलं, रोज लागणारी बीपीची गोळीही ४-५ दिवसात संपेल असं वाटत होतं. म्हणून नवीन स्ट्रिप आणून ठेवावी लागेल. संपलेल्या सामानाची एक यादी केली, गव्हाचं पीठ आणलं पाहिजे, असा सगळा विचार केला.

केलेली यादी मुलाला दिली आणि सकाळी लवकर १० ते १२ या वेळेतच जाऊन ये, म्हणून ओरडून सांगितलं. कारण त्याच्या कानात हेडफोन होते. त्या हेडफोन्सला ना करोनाच झाला पाहिजे, म्हणजे तमाम आया खूश होतील आणि सगळे हेडफोन ससूनला जातील.

महाशय उठले. मी त्यांच्या हातात पिशवी दिली आणि वाणसामानाची यादी पण दिली. तो मास्क लावून निघाला. इतर वेळी अजिबात किराणाच्या दुकानात जाणार नाही, पण या काळात सगळी मुलं आता श्रावण बाळ झालीयेत, सांगेल ते बाहेरचं काम करायला अगदी तयार असतात. तेवढंच बाहेर पडायला निमित्त. पोलीस दिसले तर त्यांना दाखवायला ही पिशवी आहेच बरोबर ठेवलेली.

एक-दोन तास झाले, तरी याचा पत्ता नाही. मोबाईलही घरीच ठेवलाय चार्ज करायला. आता मला जरा भीती वाटू लागली, मनात विचार आला, कुठं अडकला तर नसेल ना हा? दारात फुलपात्र उपडं ठेवलं. अचानक लाइट गेली आणि वॉशिंग मशीन पण बंद झालं. त्यातले कपडे बाहेर काढून ते टबमध्ये ठेवले. थोड्या वेळाने टबमधले कपडे पिळून वाळत घालावे म्हणून बाल्कनीत गेले आणि स्टँडवर कपडे ठेवले.

तितक्यात दार वाजलं. दार उघडलं, तर दारात गौरव उभा. अगदी घामेघूम झालेला.

''काय रे गौरव, का एवढा उशीर झाला? किती वेळापासून वाट बघतेय मी.'' हा काहीच न बोलता तसाच उभा.

“आई, या घे बीपीच्या गोळ्या आणि त्यातली एक गोळी घे.'' (उपरोधानं बोललंच पाहिजे का?)

''आधी घे.''

''आणि किराणा?'', मी विचारलं. तर तो आत येऊन शांत बसला, थोडा वेळ काहीच बोलला नाही.

''काय झालं रे?'' आता मी पण जरा नरम आवाजात विचारलं.

''अगं आई, मी सगळं सामान घेतलं आणि घरी यायला निघालो, पण तेवढ्यात ते काळे आजोबा नाही का गं, त्यांची मुलं अमेरिकेला असतात. ते समोरच्या दुकानात पिशवी घेऊन गेले होते. ते खूप वेळ रांगेत उभं राहिले, त्यामुळं चक्कर येऊन पडले. नशीब मी त्यांना पाहिलं, मग इकडं घेऊन आलो. तिथल्या एका भाजीवाल्यानं थोडं पाणी दिलं त्यांना. मग त्यांना जरा बरं वाटल्यावर हळूहळू चालत घरी आणलं. त्यांना पण गव्हाचं पीठ हवं होतं, त्यामुळं आपल्यासाठी आणलेलं पीठ मी त्यांना दिलं. आई, उद्या-परवा मी जाऊन आपल्यासाठी घेऊन येईन. तोपर्यंत गव्हाचं पीठ संपलं तर आपण भाकरी खाऊ.'' त्याचं ते बोलणं ऐकून माझ्या डोळ्यात पाणीच आलं. कपडे स्टँडवर तसेच ठेवलेले होते, ते पिळून वाळत टाकायचं पण भान मला राहिलं नाही.

खरंच, ज्यांची मुलं परदेशात आहेत किंवा ज्यांना मुलंच नाहीत, असे वृद्ध या काळात कसे राहात असतील? आज त्या आजोबांना कोणीतरी वेळेत मदत केली म्हणून निभावलं. खरंच आपले संस्कार वाया गेले नाहीत, याचा मला अभिमान वाटला.

आज खरंच, देवच मला भेटायला घरी आला होता. मी अगदी नि:शब्द होऊन मुलाकडं पाहात राहिले. डोळ्यात पाणी उतरलं, तिकडं ओले कपडे पण स्टँडवर ठिबकत होते.

२४ एप्रिल २०२०

●●●

प्रवेश

अकरावीचे प्रवेश सुरू झाले, म्हणून अनेक महिने बंद असलेला वर्ग उघडला. त्यात संगणक लावले. झिरो राउंडसाठी अगदी मोजक्या शिक्षकांना बोलावून काम सुरू झालं. आता सगळंच ऑनलाइन. एक टीम प्रवेश देण्याचं काम अगदी जबाबदारीनं करतेय.

दुसरी टीम कॉलेजचे फॉर्म तपासतेय. ऑनलाइन फॉर्ममध्ये काय काय बघायचं, कसं काम करायचं ते शिकतेय. त्यामुळं आता या कामात आमची टीम अगदी तयार झालीये.

मोठी फेरी, राउंड एक, ८००-९०० प्रवेश. तशी टीम पण आकारानं वाढली. खूप महिन्यांचा कालावधी गेलाय. घरी कंटाळा आलाय आता.

आम्ही भेटतो, काम करतो, हसत-खेळत काळजी घेत, अंतर ठेवून, लांब-लांब बसून आमचं काम सुरू असतं. त्यामुळं आता वर्ग आणि ऑफिसला जिवंतपणा आलाय.

पण सध्या मुलांची गर्दी नाहीये, गोंगाट नाहीये. वाटलं, बरं झालं, लवकर काम तरी होईल; पण कसलं काय.

वेळ खूप जातोय, नेट बंद, फॉर्म भरलाय पण बारावीचा, दोन फॉर्म भरलेत असे नाना प्रकार. मग काय, आमची टीम मुलांना फोन करून काय अडचण आहे ते विचारते आणि त्यानुसार त्यांना सूचना करते.

६०% प्रवेश झालेत, कट-ऑफ खूप वर गेलाय. याचा अभिमान तर आहेच. आता मुलं येणार, मग आम्ही शिकवणार.

दहावी पास झालेली मुलं आतुर झालीत कॉलेजमध्ये यायला. आम्ही पण त्यांची वाट बघतोय. कॉलेज कधी सुरू होईल? १५ जूनपासून बारावी प्रवेश, ऑनलाइन शिकवणं सुरू आहे.

राजू सर, टीम लीडर सांगत असतो,

"असा करा, तसा करा." त्याची नागपुरी भाषा समजते आम्हाला, त्याला काय सांगायचं आहे ते.

आज साठे सर आणि गिरीश, विजय, राहुल ही तरुण शिक्षक मंडळी मुलांना फोन लावत होते.

प्रवेश घेतल्याचं लिस्टमध्ये दिसतंय, पण कॉलेज फॉर्म का नाही भरला?

वाटलं, आम्हालाच काळजीये. असं का करतात? का घेतला प्रवेश. उगाच जागा अडवतात? हा नेहमीचा अनुभव आणि अगदी स्वाभाविक विचार. कोणीही शिक्षक हाच विचार करत असेल; पण काही मुलं फोन घेत नाहीत, उत्तरं देत नाहीत, मेसेज करा, बघू या, चला पुढचा फोन लावा, असं सुरू होतं.

आता एक-एक कारण कळायला लागलं, तशी मी गंभीर झाले. परगावी आहे. सांगली, बीड, सोलापूर. आता नाही येणार पुण्याला. फॉर्म भरला, एस.पी.मध्ये प्रवेश मिळाला. ९०% गुण आहेत. पण करोना आडवा आलाय.

खरंच. करोना म्हणजे 'ये करो ना, वो करो ना' आणि 'ये ना करो, वो ना करो' असं झालंय.

मुलांना यायचं आहे; पण एकटी मुलं राहाणार कशी? कुठं? खाणार काय? आणि खर्च? फी कमी आहे, पण हॉस्टेल, रूम, जेवण या सगळ्यासाठी दहा हजार तरी पाहिजेत ना दर महिना. शिवाय मोबाईल, लॅपटॉप आलेच. एवढा खर्च करणं अशक्य आहे. आमची स्वप्न साकार करण्यास आम्ही सज्ज झालो होतो, पण करोना. न सांगता आम्हाला सगळं समजत होतं.

"नाही येत आम्ही सर. कॅन्सल करा ॲडमिशन. लेखी पाठवतो." त्या मुलांचा, पालकांचा आवाज ऐकू येत नाही मला; पण मी दूरवरून समजू शकते आता, ते साठे सर आणि राहुल सर यांच्याशी काय बोलत असतील. अगदी आमच्या जवळच्या शाळेमधल्या मुली पण. फोन केला, तर फोनही घेत नाहीत.

''काय सांगू बाई, आता आई कामावर जात नाही. आमच्याकडं फॉर्म भरायला पण पैसे नाहीत. सायबरवाला २५० रुपये मागतो. पुढचा सगळा खर्च, वह्या, पुस्तकं, लॅपटॉप, मोबाईल हे कोण देणार? आम्ही झोपडपट्टीत राहातो. आईची कामं गेलीत. बाप आजारीये. करोनामुळं काम पण नाहीये. त्यामुळं मला आता नाही शिकता येणार.'' हे मूक संवाद माझ्यापर्यंत पोहोचत आहेत, त्या न घेतलेल्या कॉलमधून.

इकडं मला कॉल येत आहेत.

''बारावीला आहे. अजून फी भरायची राहिलीये. प्रवेश रद्द नाही ना होणार?''

''अरे, नको काळजी करू. जमेल तेव्हा पैसे भर.''

गेले तीन महिने हे सुरूये. ऑनलाइन शिकतायेत. फीसाठी सक्ती नाही. पण प्रवेश निश्चित करा, तीन महिने झालेत, हे रोज फोनवर सुरूये.

कालच एक पालक आले होते,

''खूप फिरतोय. कोणीच नीट माहिती देत नाहीये.'' खरं तर तेच नीट काही सांगत नव्हते.

''प्रवेश घेतला नाही, आता काय करू?'', असं विचारत होते. मग कोणीही हेच सांगेल ना, गेला तुमचा प्रवेश, पहिल्या फेरीची मुदत संपलीये. मी त्यांना एकच प्रश्न विचारला,

''प्रोसीड फॉर ॲडमिशन केलंय का?''

''हो!''

''मग काहीच प्रॉब्लेम नाही. तुमचा प्रवेश निश्चित झालाय. या चला वर्गात'', असं म्हणून मी राजू सरांकडून लिस्ट घेतली.

''तुमचं नाव सांगा. कोणाची ॲडमिशन आहे?'' नाव सापडलं.

''अहो, भरा कॉलेज फॉर्म.'' आता खरा प्रकार माझ्या लक्षात आला. कॉलेज प्रवेश फॉर्म भरला नव्हता त्यांनी. प्रवेश फक्त ऑनलाइन झाला होता, शासनाच्या लिंकवर. माझं बोलणं ऐकून ते पालक एकदम शांत झाले. दिवसभर फिरून, दुपारी नक्की काय झालं ते त्यांना आता समजलं होतं. आपण चुकीचं काहीतरी सांगत होतो ते. ते माझ्या नकळत माझ्या पाया पडले, तशी मी पटकन मागं सरकले.

''अहो, हे काय करताय'', मी म्हणाले. मला खूपच कसंतरी वाटलं. किती साधा प्रश्न विचारला आणि त्यांचं उत्तर प्रोसीड फॉर ॲडमिशन केलंय. तेच उत्तर, त्यांचा मोठा प्रॉब्लेम सोडवून गेल्याचं समाधान मिळालं.

आता एक डॉक्टर आले,

''९०% गुण आहेत, गरीब मुलगी आहे, तिला मी मदत करतोय. काय करू?'', असं त्यांनी विचारलं. मी त्यांना दिलासा दिला. बघू अजून २-३ फेऱ्या आहेत.

आज पुन्हा फोन आला. खूप वेळ बोलत होते ते.

''काहीही करा, पण प्रवेश द्या.'' त्यांचं पुन्हा समुपदेशन केलं.

''ऑप्शन बदला, होईल.'' राहुल समोर आला आणि म्हणाला,

''एक पालक आहेत, प्रवेश घेणार नाही म्हणतायत.'' फोनवर बोलत होते त्याच्याशी,

''धंदा बुडला आहे.''

''अहो, फी कमी आहे, ९०० रुपये फक्त.''

''मान्य आहे; पण बाकीचं काहीच नाही जमणार. त्यामुळं नको, कॅन्सल करतोय मुलाचा प्रवेश.''

''ठीक आहे, मग लेखी द्या. मी एक फॉर्म पाठवतो मोबाईलवर, तो भरून पाठवा.'' असं २-३ मुलांना जमत नव्हतं. त्यांना फॉर्म भरायला सांगितलं. प्रवेश रद्द करायचाय तर लिहून पाठवा.

आज बरंच काम पूर्ण झालं होतं. प्राचार्यांना फोन केला. नंतर आजच्या कामाचा रिपोर्ट दिला. एक-एक करत सगळे घरी निघाले. मी पण घरी आले. मोबाईल पण अगदी दमला होता, म्हणून चार्ज करायला ठेवला आणि मी जेवायला बसले.

थोड्या वेळानं पाहिलं, तर एक-दोन मेसेज आले होते. राहुलनं एक फोटो पाठवला होता. फक्त नाव, सही. बाकी काही नाही. त्यावर मी उत्तर दिलं,

''अर्ज असा का अर्धवट माहिती भरून दिला? शाखा, पीएन नंबर काहीच नाहीये.''

परत राहुलचा मेसेज,

''पेंढारकर म्हणाले, यापेक्षा जास्त मी काहीच लिहून देऊ शकत नाही. तुम्हाला पाहिजे ते लिहा. मॅडम, मला खूप वाईट वाटत होतं, त्यांच्यासोबत बोलताना.''

राहुलचा हा मेसेज वाचला आणि खरंच जाणीव झाली, की या करोनामुळं काय-काय झालंय. सगळं जगच अगदी कोलमडून गेलंय. किती वाईट परिणाम झालेत लोकांवर. आर्थिक, शारीरिक, मानसिक! सगळ्या स्वप्नांचा प्रवास. अगदी दिशाहीन असा झालाय.

एक-एक दिवस पुढं जातोय. एस.पी.च्या आत आलेल्या या नवीन मुलांना मी आपलंस केलंय. पण जे पाठ फिरवून गेलेत, गुणवान असूनही. केवळ आर्थिक कारण आणि करोनाच्या भीतीपोटी. सगळंच असुरक्षित वाटतंय. खूप दाटून आलंय. आत-बाहेर केव्हाही कोसळून येईल अशी अवस्था झालीये. प्राचार्यांचा फोन आला तरी मला बोलता येत नव्हतं. त्यांना माझी अवस्था समजली. म्हणून ते 'उद्या बोलू या' म्हणाले.

त्यांनाही हेच अनुभव येतायेत. पालक बोलतायेत, भेटतायेत. तर थोडी वाट बघू या. एक दिवस नक्की येईल, तेव्हा सगळं जग पुन्हा फुलबाग होईल. आम्ही परशुरामीय वाट बघतोय त्या दिवसाची. तो दिवस नक्की येईल. वर्ग गच्च भरतील. फळा, खडू पुन्हा सुरू होईल.

१७ डिसेंबर २०२०

●●●

गृहप्रवेश

डिसेंबर ३०, २०१८ रोजी माझा मुलगा गौरव आणि स्नेहल यांचा विवाह नवले लॉन्स इथं थाटात संपन्न झाला. संध्याकाळी विवाहाचे सर्व विधी झाल्यावर आम्ही नववधूला घेऊन घरी निघालो. घरी येण्यापूर्वीच फुलांची रांगोळी काढायची ऑर्डर दिली होती. २०-२५ जण, असे सगळे घरातलेच सदस्य आणि काही नातलग, सामानसुमान घेऊन नवदांपत्यासोबत येत होते.

मी अगदी लगबगीनं गाडीतून उतरून थोडंफार सामान आणि बॅगा घेऊन लिफ्टमध्ये शिरले. बाकीचे नातलग खाली लिफ्टपाशी थांबून बॅगा गाडीतून काढायच्या धांदलीत होते. लिफ्टमधून बाहेर येताच पॅसेजमध्ये सर्व टाइल्सवर अंथरलेला फुलांचा विविधरंगी गालिचा बघून थक्क झाले.

मी सासू झालेय म्हणून प्रथम माझंच स्वागत करायला सज्ज झालेली ती सुंदर, सुवासिक फुलं, त्यांच्यावर मी कसा पाय ठेवू? लगेच युक्ती सुचली, बरोबर असलेले पाट आणि चौरंग त्यावर ठेवून अगदी अलगद पावलांनी दारापर्यंत गेले आणि घराचं दार उघडलं. दारात उजव्या बाजूला असलेली मुहूर्तमेढ, रंगीत दिवे, दारावरलं नवीन तोरण असं सर्व काही, सौंदर्य आणि मांगल्याचे प्रतीक हातात हात घालून स्वागतास उत्सुक असल्याचंच मला जाणवलं. माझ्या पाठोपाठ जावा, सासूबाई, दीर, पुतणे, पुतणी, भाच्या असे सगळे नातलग घरात आले.

लगबगीनं बॅगा एका रूममध्ये ठेवल्या आणि नवदांपत्याचा गृहप्रवेश, औक्षणाची तयारी सुरू केली. घर सर्व नातलग आणि पाहुण्यांनी भरून गेलं होतं. ज्याला-त्याला गृहप्रवेश पाहायचा होता. डोळ्यात आणि मोबाईलमध्ये साठवून ठेवायचा होता. इतक्यात मुलगा

आणि सूनबाईला घेऊन माझे पती आले. मी त्यांना उंबऱ्याबाहेर थांबायला सांगितलं. नवविवाहित जोडप्याला दारातच अडवून ठेवायला माझी पुतणी पूजा तयारच होती.

''वहिनी उखाणा घ्या'', म्हणून तिचा आग्रह सुरू झाला. जुन्या प्रथेप्रमाणं नणंद वहिनीचं स्वागत करायला दार अडवून उभी राहिली आणि ''माझी मुलगी तुझ्या मुलाला

देईन'' असं वचन वहिनीकडून घेतल्यावरच तिनं दोघांना ओवाळलं. पाठोपाठ आम्ही सर्व जावा, मावशा, आत्या अशा सगळ्या महिलांनी दोघांना ओवाळलं. थोरल्या जाऊबाईंनी सुंदर मापटं सजवून आणलं होतं. त्यात तांदूळ भरून ते दारात ठेवलं. इतक्यात फोटोग्राफर दाराशी आला, त्याला गृहप्रवेशाचे व्हिडिओ काढायचे होते. तो घाईतच आत शिरला, तेव्हा चुकून त्याचा पाय लागला आणि मापटं आडवं झालं. नवरीच्या आधी फोटोग्राफरचाच गृहप्रवेश झाला होता. तो जरा घाबरला आणि केविलवाण्या नजरेनं माझ्याकडं पाहू लागला. वातावरण गंभीर होऊ नये म्हणून मी लगेच त्याला म्हटलं,

''ठीक आहे, असू दे. मी पुन्हा मापटं भरून आणते.'' खाली सांडलेले तांदूळ एका नव्या नॅपकीनमध्ये भरून, तो किचन ओट्यावर ठेवला. मापटं पुन्हा तांदळानं भरून दारात

आणून ठेवलं. गौरव आणि स्नेहलला घेऊन बाबा घरात आले. सूनबाईंनी मापटं ओलांडलं आणि खऱ्या अर्थानं लक्ष्मी-नारायणाचा गृहप्रवेश झाला.

हॉल नातलगांनी गच्च भरला होता. चहा-पाण्याची तयारी करायला मी आत गेले. किचन ओट्यावर ठेवलेला तो नॅपकीन घेऊन कपबशी पुसावी म्हटलं, तर हातात नॅपकीनचं टोक आलं आणि क्षणात सगळे तांदूळ जमिनीवर सांडले.

''देवा, आता किती वेळा अक्षता पडल्या'', असं म्हणून मी सांडलेल्या तांदळात केविलवाणी उभी राहिले. तेव्हा क्षणात विचार आला, लक्ष्मीसोबतच सरस्वती आणि अन्नपूर्णेचाही आशीर्वाद या तांदळाच्या रूपानं मिळाला.

१५ डिसेंबर २०१९

(सकाळ 'मुक्तपीठ'मध्ये प्रसिद्ध - ३१ डिसेंबर २०१९)

●●●

रिपोर्ट

संध्याकाळची वेळ होती. तुकानं सायकलला पिशवी अडकवली आणि शेतावरून तो घरी निघाला. गावापासून शेत जवळच होतं. गावात आला तसं घराघरातून टीव्हीवरच्या मराठी बातम्यांचा आवाज ऐकू येऊ लागला.

''सात वाजून गेले वाटतं'', असं पुटपुटतच त्यानं वाड्यातून सायकल आत घेतली. सायकल भिंतीला लावली. हातात पिशवी घेऊन घरात येताच त्यानं मुलींना हाक मारली.

''या गं पोरींनो, ही पिशवी घ्या, कणसं आणलीत मळ्यातून.'' त्याचा आवाज ऐकून पोरी हातात पाटी, पुस्तक घेऊन धावतच बाहेरच्या खोलीत आल्या. त्याच्या हातातली पिशवी घेऊन पुन्हा आत पळाल्या.

तुकानं चप्पल काढून कोपऱ्यात ठेवली आणि तो न्हाणीघरात गेला. हातपाय धुऊन, कपडे बदलले आणि बाहेरच्या खोलीत येऊन बसला. तोवर मोठी मुलगी पाण्याचा तांब्या भरून घेऊन आली.

''का गं उषे, आजी काय करतीय?'' तुकानं टीव्ही सुरू केला आणि उषाला विचारलं.

''दादा, आजी आत बसलीय. तुम्हाला पण आत बोलवलंय'', असं म्हणून ती पुन्हा आत गेली. तेवढ्यात तुकाला आईचा आवाज ऐकू आला,

''आरे तुक्या, आत ये की जरा.''

''आलो गं आई'', असं म्हणत तुका आतल्या खोलीत आला. त्याची आई कणसं भाजत होती. तुकाची बायको कांता शेगडीजवळ बसून भाकऱ्या करत होती. ती फिकट आणि निस्तेज दिसत होती. तिला असं बरं नसताना पण काम करताना बघून तुक्याला जरा गलबलून आलं. गेला आठवडाभर कांता आजारीच होती. डॉक्टरांनी सांगितलं होतं, की

तिच्या अंगात रक्त कमीये, तिची काळजी घ्या म्हणून, पण काय करणार? घरातली कामं कोण करणार? मुलींना कोण सांभाळणार? त्याच्या मनात असूनदेखील तो बायकोला घरात काहीही मदत करू शकत नव्हता. घरी काही मदत करायची म्हणलं, तर शेताकडं बघायलाही कुणी नव्हतं आणि त्यात घरात आईचा धाक.

"का गं आई? कशासाठी हाक मारली?" असं म्हणत तुका आई शेजारी येऊन बसला.

"आरं, कालच तुझी पार्वतीकाकू आली व्हती. तिच्या नातवाचं, म्हंजी त्या सुभाषच्या पोराचं बारसं हाय आठ दिसानी. त्याच्या बारशाला जायचं म्हंजे त्याला काय आंगठी-बिंगठी घ्यायला पाईजे की, आता तुझा बा न्हाई तर तुलाच समदं बघायला पाइजे."

"हा आणू काहीतरी त्या बाळासाठी", तुका पुटपुटला. आई उठली. त्याच्या पुढं पाण्याचा तांब्या आणि ताट ठेवलं.

"अगं कांते, तू काय गप्पा ऐकत बसली ते. जरा वाढ की पटकन त्याला भाजी-भाकरी, भूक लागली असंल त्याला." सासूचा आवाज चढला, तसा कांताचा हात अजून भरभर काम करू लागला. पटकन तिनं ताटात भाजी आणि भाकरी वाढली.

"हिला तर मेलीला काय पटापटा कामच करायला नगं, ती पार्वतीची सून बग, किती चलाक हाये ते. आन् काय गं, तुझी धाकली पोरगी दोन वर्सांची झाली न्हवं, आता या वर्सात तुला पोरगा व्हाया पाइजे. न्हाईतर तुक्या बग, तुला मामाची पोरगी करून आणते. तिच्या पायगुणानं तरी तुला पोरगा मिळंल. दोन बायका केल्या म्हनून कायबी बिगडत न्हाई. माजं मेलीचं नशीबच फुटकंय. मी म्होटी जाव आसून मला नातू न्हाई आन् ती पार्वती धाकली जाव असून तिला नातू हाय. बग, आता माझ्या नाकावर टिच्चून कसं नातवाचं बारसं करतीय ती. उगाच चार लोकात शोभा नगं. म्हणूनशान समदा बारशाचा आहेर येवस्तित करायचाय मला." आईचं बोलणं ऐकून तुका वैतागला,

"आगं आई, जरा जेवण तरी करू दे की मला. रोज काय तुझं तेच टुमणं? पोरगा काय आभाळातन पडणारे? आम्ही दोघं नवरा-बायको चांगली बारावीपर्यंत शाळा शिकलो, पण काय उपयोग नाही झाला ह्या खेड्यात शिक्षणाचा. सहा-सात पोरं जन्माला घालायचा तुमचा जमाना गेलाय आई; मला का पोरगा नकोय, पण आपल्या हातात हाय का ते?"

"बरं बरं, मला नगं शिकवूस. हे बग, मी साफ सांगून ठिवते, पोरगा न्हाई झाला तर मामाच्या मुलीशी लगीन कर", असं म्हणून तणतणत करत आई बाहेरच्या खोलीत गेली. तुकाही हात धुऊन उठला आणि बाहेर जाऊन येतो असं म्हणून बाहेर गेला.

थोड्या वेळानं सर्वांनी जेवणं केली. आई झोपायला गेली. कांतानं भांडी घासली, केर काढला आणि मुलींची अंथरूणं घातली. मुली झोपी गेल्या, तशी दमून ती पण धाकट्या लेकीजवळ नुसतीच पडून राहिली. थोड्या वेळानं दारावर थाप ऐकू आली. कांतानं बाहेर

जाऊन दार उघडलं. तुका आत आला.

''का गं झोपली का आई? आज तर म्हातारीनं डोकच उठवलं माझं. म्हणून गेलो होतो पांड्याकडं गप्पा मारायला.'' दाराला कडी घालून दोघंही झोपायच्या खोलीत आली. मुली झोपलेल्या पाहून हलक्या आवाजात तुका म्हणाला,

''का गं कांते, जेवलीस का? आणि ती औषधं घेतली का?'' कांता मान हलवून हो म्हणाली.

''आता जरा ऐक, मी काय सांगतो ते. पांड्या सांगत होता की त्याच्या बायकोला कोल्हापूरच्या डॉक्टरांचा गुण आलाय म्हणून. तिला दोन मुलींवर मुलगा झालाय. आगं, तो खुशीत दिसत होता. आपण पण जायचं का त्या डॉक्टरांकडं? आपण पण काहीतरी करायला पाहिजे त्यांच्यासारखं. नाही तरी आईची सारखी कटकट सुरूच आहे. तू एवढ्यात कोणाला काही बोलू नकोस. झोप आता.'' त्याच्या या बोलण्यानं कांतालाही जरासा धीर आला. ती म्हणाली,

''अहो, आपण जायचं कोल्हापूरला. आता मुलगा होत नाही यात माझा काय दोष? पण सगळे जण मलाच दोष देत्यात. ती तुमची पार्वती काकू, ती पण कुचक्यासारखं बोलत असती.'' कांताच्या डोळ्यात पाणी आलं. मुलगा होत नाही म्हणून घरीदारी होणारी उपेक्षा तिला सतत बोचत राहायची. तिला वाटायचं आपल्याला मुलगा झाला, तर खरंच सासू आपले लाड करील, आपल्याला खुशीत ठेवील. हा विचार करत-करत कांता झोपी गेली.

आठ दिवसांनी पार्वती काकूच्या नातवाचं बारसं मोठ्या थाटात झालं. आता कांतालाही वाटू लागलं, खरंच आपल्याला या वर्षात मुलगा झाला, तर आपल्याही घरी त्याचं असंच थाटात बारसं करू, गावजेवण घालू. एक दिवशी सहजच बोलता बोलता तुक्यानं आईकडं कोल्हापूरला जायची परवानगी मागितली.

''आई, बऱ्याच दिवसात आक्काची भेट नाही. मला वाटतं जावं तिच्याकडं, राखीपौर्णिमा पण आहे, मी तिच्याकडं गेलो तर तिला पण बरं वाटंल.'' हे ऐकून आई स्वतःच म्हणाली,

''मग समद्यांनी जावा आक्कीकडं. तिच्यासाठी साडीचोळी आन् लाडूचा डबाबी घिऊन जा. आन् तेवढी अंबाबाईची वटीबी भरून या, तेवडंच तिच्या कुरपेनं तरी कांताला पोरगा व्हईल.'' आई जा म्हणल्यावर तुकानं कोल्हापूरला जायची तयारी केली. आक्काला फोन करून आम्ही सगळे जण येतो म्हणून कळवलं.

दुसऱ्या दिवशी सकाळच्या एसटीनं तुका सहकुटुंब कोल्हापूरला निघाला. इकडं कोल्हापूरला आक्का तुकाची वाट पाहात उभी होती. दारात रिक्षाचा आवाज आला. तसा गड्यानं 'पावणं आल्याती' असा निरोप दिला. आक्का हातात भाकरी आणि पाण्याचा

तांब्या घेऊन दाराशी आली. भावाला पाहून तिला खूप आनंद झाला. दारातच तिनं सर्वांवरून भाकर-तुकडा ओवाळला, सर्वांच्या पायावर पाणी ओतलं आणि त्यांना घरात घेतलं.

''ये रे तुक्या, केव्हापासून मी तुमची वाट पहातेय. चला सर्वांनी हात-पाय धुऊन घ्या आणि जेवण करा. रखमा ताटं वाढ गं'', आक्का म्हणाली.

सर्वांची जेवणं झाली. मुली अंगणात खेळत बसल्या. भाऊ आणि भावजयबरोबर आक्का गप्पा मारत बसली.

''अगं भाऊजी आले नाहीत अजून?''

''अरे, ते साखर कारखान्यावर गेलेत. ते दिवसभर शेतावर नाहीतर दुसरीकडं कामात असतात. लेकींची लग्न झालीत, आपला राजा सांगलीत शिकतोय. आता एवढ्या मोठ्या घरात मी एकटीच असते बघ दिवसभर. तुम्ही आलात तर घर कसं भरल्यासारखं वाटतंय बघ'', आक्का म्हणाली.

''बरं आक्का, मला आजच राखी बांधून घे. आम्हाला उद्या दवाखान्यात जायचंय. आता संध्याकाळी अंबाबाईची ओटी भरून येतो; जरा मुलींना फिरवून आणतो, तोपर्यंत भाऊजीपण येतील'', तुका म्हणाला.

''दवाखान्यात कशासाठी रे?'' आक्कानं प्रश्न केला.

''अगं, भाऊजी आल्यावर सांगतो मी'', असं म्हणून तुका आणि कांता मुलींना घेऊन देवीच्या दर्शनाला गेले.

रात्री भाऊजी आल्यावर तुकानं आक्का आणि भाऊजींना त्या डॉक्टरांविषयी सांगितलं. तसं ते म्हणाले,

''जाऊन या, त्या डॉक्टरांविषयी आम्ही पण ऐकलंय. बघा त्यांचा काय गुण येतो ते.''

तुका कांताला घेऊन त्या डॉक्टरांकडं गेला. त्यांनी कांताची नाडीपरीक्षा करून काही औषधी पुड्या दिल्या आणि सांगितलं,

''हे औषध चार महिने घ्या. हा मंत्र लिहून देतो, तो रोज पहाटे दोघांनीही म्हणा. परमेश्वरावर श्रद्धा ठेवा, नक्की मुलगा होईल. पण याचे मी काहीही पैसे घेत नाही. चार महिन्यांनी पुन्हा या तपासायला.''

''बरं, येतो डॉक्टरसाहेब'', असं म्हणून तुकानं हात जोडले आणि दोघंही पुन्हा आक्काच्या घरी आले. घरी आल्याआल्याच आक्काला त्यानं सांगितलं,

''आक्का डॉक्टरांनी औषध दिलंय. चार-पाच महिन्यांनी पुन्हा बोलवलंय. आता उद्या परत गावी जावं म्हणतोय. आई एकटीच आहे ना घरी.''

''वन्स, आता उद्या सकाळी जायलाच पाहिजे आम्हाला. उषाची शाळा आहे. उगाच

तिची शाळा बुडवून किती दिवस राहायचं? आता आमचं काम पण झालंय. आमच्यामुळं उगाच तुम्हाला त्रास झाला असंल'', कांता आक्काला म्हणाली.

''अगं कांते, त्रास कसला गं? माहेरची माणसं आली तर तेवढंच बरं वाटतंय बायकांना. सासर कितीही चांगलं असलं, तरी माहेरची ओढ कमी का होते? आईची पण मला खूप आठवण येते. आता राजा आला, की मी त्याला धाडते गावाला. मामा-मामीला, आजीला भेटून त्याला पण आनंद होईल बघ.''

दुसऱ्या दिवशी सकाळच्या गाडीनं तुका कांता आणि मुलींना घेऊन गावी परत आला. आल्यापासून तो आक्काविषयी अगदी भरभरून बोलत होता. आपल्या लेकीकडची खुशाली ऐकून आई पण खूश झाली. दोन महिन्यानं तुकाची मावशी आजारी असल्याचा

निरोप आला आणि तुकाची आई तिच्या बहिणीकडं राहायला गेली आणि थेट तीन-चार महिने राहूनच परत आली.

इकडं कांतानं डॉक्टरांचं औषध सुरू केलं होतं. तिची तब्येतही जरा सुधारत होती. आता तुकाही 'मुलगा झाला' अशी स्वप्न पाहू लागला होता. आईला मात्र त्या दोघांनीही ह्या डॉक्टरांविषयी काहीच सांगितलं नव्हतं. कांताची औषधं संपत आली. आता पुन्हा डॉक्टरांकडं जावं असा विचार करत असतानाच कांतानं ती सुखद बातमी त्याला सांगितली, तसा तो खूश झाला. पण इतक्यात कोणालाही काहीही सांगायचं नाही, असं दोघांनीही ठरवलं. कांताचं फारसं पोटही दिसत नसल्यानं तिच्या सासूलाही शंका आली नाही.

काहीतरी निमित्त काढून पुन्हा कांता आणि मुलींना घेऊन तुका कोल्हापूरला आला. डॉक्टरांकडं जाऊन कांताची तपासणी करून घेतली. डॉक्टर म्हणाले,

''हिला दिवस गेलेत. आता तिची काळजी घ्या.'' कांताला दिवस गेलेत याची नक्की खात्री झाल्यामुळं कांता आणि तुका दोघंही खूश झाले. घरी आल्या आल्या कांतानं आक्काला ही बातमी सांगितली. तशी आक्का पण खूश झाली आणि म्हणाली,

''या खेपेला मुलगा झाला, तर अंबाबाईची ओटी भरीन गं कांते.''

''अगं आक्का, नक्की मुलगा होणार, औषध घेतलंय ना त्यासाठी.''

''अरे पण नक्की मुलगा होणार का?'' भाऊजींनी शंका काढली. त्याला आक्कानंही दुजोरा दिला. तेवढ्यात भाऊजी म्हणाले,

''आता शंका आलीय ना? मग एक उपाय आहे. तुका जरा बाहेर जाऊन येऊ आपण, असं म्हणून ते तुक्याला घेऊन बाहेर गेले.''

बाहेर फिरायला गेल्यावर भाऊजी म्हणाले,

''अरे, बाई माणसांसमोर काय बोलायचं म्हणून मी तुला बाहेर चल म्हणालो. आता शंका आलीये तर एक काम कर. आमच्या कोल्हापुरात बाहेर गावाहून खूप लोक येतात, कशासाठी माहीत आहे का? अरे इथं दवाखान्यात पोटात मुलगा आहे का मुलगी हे तपासून सांगतात. तू उद्या सकाळीच कांताला घेऊन जा त्या दवाखान्यात आणि घे तपासणी करून. पैशाची काळजी नको करू. काय लागतील तेवढे मी पैसे देतो.'' भाऊजींचं बोलणं तुक्यालाही पटलं. घरी आल्यावर भाऊजींनी आक्काला गुपचूप सगळं सांगितलं.

दुसऱ्या दिवशी तुकानं कांताला त्या तपासणीविषयी सांगितलं. आता शंका आल्यामुळं ती पण या तपासणीला तयार झाली. मुलींना आक्काकडं ठेवून ती दोघंच त्या दुसऱ्या डॉक्टरांकडं निघाली. भाऊजींकडून त्या डॉक्टरांचा पत्ता घेतला होता, तो दवाखाना शोधत-शोधत तुका एका गल्लीत शिरला. एका अरुंद गल्लीच्या आत एका

जुन्या इमारतीत तो दवाखाना होता. दोघंही तिथं गेले. बाहेरगावच्या लोकांचीच तिथं गर्दी होती. दोन तासानंतर कांताचा नंबर लागला. एका नर्सनं तिला पार्टीशनच्या मागं नेलं आणि टेबलावर झोपवलं. मग एक डॉक्टर आले. त्यांनी इंजेक्शनच्या साहाय्यानं कांताच्या पोटातलं पाणी तपासायला काढून घेतलं. मग कांता उठून बाहेर आली. तुकानं बिलाची रक्कम दिली, तेव्हा त्यांना दुसऱ्या दिवशी यायला सांगितलं. ठीक आहे, म्हणून दोघंही घरी आले.

घरी आल्या आल्याच आक्कानं विचारलं,

''मिळाला का रिपोर्ट?''

''नाही. उद्या बोलवलंय; मी उद्या सकाळी जातो'', तुका म्हणाला.

संध्याकाळी मुली खेळत बसल्या होत्या. कांता भाजी निवडत बसली होती, तसं तिच्या पोटात बारीक-बारीक दुखायला लागलं. रखमाच्या हातात भाजीचं ताट देऊन तिला कांता म्हणाली,

''हे घ्या, मी जरा पडते आत जाऊन. जरा बरं वाटत नाहीये.'' रखमा म्हणाली,

''ताई, बरं वाटत नाही, तर कशाला काम करताय? आम्ही इथं कामाला असताना कशाला भाजी निवडत बसलात? जा झोपा आत जाऊन. मी जेवण तयार झालं की बोलवते जेवायला.'' कांता आत जाऊन झोपली. तिनं रात्री कसे-बसे दोन घास खाल्ले आणि परत झोपी गेली.

रखमानं आक्काला सांगितलं,

''आक्कासाब तुम्ही देवळात गेला होता, तेवापासनच कांताताईंना जरा बरं वाटनासं झालंय बगा. म्हणूनशान त्या झोपल्या आज लवकर.''

सकाळी लवकर उठून तुका रिपोर्ट आणायला गेला. डॉक्टरांनी त्याला आत बोलावलं आणि सांगितलं,

''तुमच्या बायकोच्या पोटात मुलीचा गर्भ आहे.''

''अहो पण डॉक्टर, हे कसं काय झालं? आम्ही औषध घेतलं होतं त्यासाठी. आता काय करावं?'' असं पुटपुटत तुका बाहेर आला. औषध घेऊनसुद्धा मुलगा नाही म्हणून तो विचारात पडला. घरी आला तोवर दुपार झाली होती. आता त्याची जेवायचीही इच्छा नव्हती. घरी आल्या-आल्या आक्कानं विचारलं,

''का रे, उशीर झाला? अरे आशा आणि उषा यांना घेऊन राजा शेतावर गेलाय आणि त्यांना कारखाना दाखवायचा आहे, म्हणून ते सगळे रात्रीच येतील. तुझी वाट पाहून पाहून राजा एकटाच गेला बघ मुलींना घेऊन. कांता बरं वाटत नाहीये म्हणून झोपूनच आहे.''

तुका म्हणाला, ''भाऊजींना बोलव आधी आणि मला फक्त थंड पाणी दे प्यायला.''

आक्का पाणी घेऊन आली. भाऊजी वरच्या खोलीत टीव्ही बघत बसले होते. तुकाला वरच्या खोलीत नेऊन आक्कानं भाऊजींना सांगितलं,

"तुका काय म्हणतोय बघा. त्याचा चेहरा पण उतरलेला दिसतोय."

"काय झालं तुका? मिळाला का रिपोर्ट?" तुकाला भाऊजींनी विचारलं.

"मिळाला, पण या खेपेलाही मुलगीच आहे. आता काय करावं भाऊजी, मला तर काहीच सुचत नाहीये. आक्का तूच सांग काय उपाय आहे यावर?" तुका म्हणाला. सगळे जण गंभीर झाले. न राहवून भाऊजी म्हणाले,

"तुम्हाला वाईट वाटंल, पण सांगतो ते ऐका आता. तुका, कांताला समजाव आणि सांग, ही पोरगी पाडून टाक म्हणून. गावाला गेली तर नंतर काहीच करता यायचं नाही." तशी आक्का म्हणाली,

"अजून तर तिचं पोट पण दिसत नाहीये. तोवर काय करायचं ते बघा. ठरवा दोघांनी मिळून." असं म्हणून आक्कानी दोघांवरच निर्णय सोपवला.

तुका खाली आला. कांताला उठवून तिला सगळं सांगितलं. तीही विचारात पडली. "अहो पण, आपल्याच मुलीला मारायचं? कसलं हे पाप?" कांतानं असं म्हणताच तुका म्हणाला,

"मग सवत आणायला तयार होशील? आईला कळलं तर काय होईल? बघ आता जास्त विचार नको करूस." कांतानी होकार दिल्यावर त्यांनी आक्काला त्यांचा निर्णय सांगितला. त्यावर आक्का म्हणाली,

"आता दोघांनी मिळून ठरवलंय ना? मग असं करा आमच्या ओळखीच्या त्या पाटील डॉक्टरीणबाईंकडं जा. कोपऱ्यावरच त्यांचं नर्सिंग होम आहे. तुम्ही तिथं जा, बघा काय म्हणतात डॉक्टरीणबाई. मुली घरी येतील म्हणून मी घरीच थांबते. काय लागलं तर घरी फोन करा."

कांताची तब्येत बरी नसूनदेखील उसनं अवसान आणून ती निघाली. नर्सिंग होममध्ये पोहोचताच तुकानं एका नर्सला विचारलं,

"डॉक्टरीणबाई आहेत का? आमच्या बहिणीच्या त्या ओळखीच्या आहेत. जरा काम आहे त्यांच्याकडं."

नर्स आत गेली आणि पाच मिनिटांनी बाहेर येऊन म्हणाली,

"फक्त पेशंटला आत बोलवलंय." तुका बाहेर थांबला. थोड्या वेळानं नर्सनं तुकाला आत बोलवलं.

समोर खुर्चीत एक वयस्कर बाई बसल्या होत्या. खुर्चीत कांता बसली होती. तुकाला बाईंनी बसायला सांगितलं.

''बघा, तुमच्या मिसेसना मी तपासलं आहे. साडेचार महिने पूर्ण झालेत. पण तुम्ही ते पोटातलं पाणी टेस्ट केल्यामुळं पेशंटला त्रास होतोय. मी इंजेक्शन दिलंय. बरं वाटलं तर काही धोका नाही बाळाला. नाहीतर बेडरेस्ट घ्यावी लागंल. कशासाठी टेस्ट केलंत? अहो मुलगा की मुलगी होणं हे काही आईवर अवलंबून नसतं, उगाचंच बायकांना दोषी ठरवतात नवरे. तुम्ही असं करा, हा गर्भ पाडू नका. पेशंटनं मला सगळं सांगितलंय. पण माझं ऐका, हे बाळंतपण झालं, की ऑपरेशन करा तुमच्या मिसेसचं.'' हे ऐकून तुका म्हणाला,

''अहो डॉक्टरीणबाई आधीच दोन मुली सांभाळायचा वैताग आहे. त्यात तिसरी कशाला? आम्हाला वारस तर नाहीच मिळाला; पण डोक्याला ताप झालाय नुसता. तुम्ही वाटेल तेवढे पैसे घ्या, पण हिला मोकळी करा एकदाची. डॉक्टर आमची दुःख तुम्हाला नाही समजायची. आमच्या नशिबात काय आहे देवालाच ठाऊक'', तुका वैतागून म्हणाला.

त्यावर डॉक्टरीणबाई म्हणाल्या,

''ठीक आहे, मी सांगूनसुद्धा तुम्हाला पटत नसंल, तर मी तरी काय करणार? हा फॉर्म घ्या आणि भरून द्या.''

तुकानं फॉर्म भरून दिला. नर्सला सांगून डॉक्टरीणबाईंनी कांताचं ब्लड आणि युरीन सॅम्पल टेस्टसाठी पाठवून कांताला अॅडमिट करून घेतलं. नर्स म्हणाली,

''रात्रीचं जेवण लवकर पाठवा आणि कोणीतरी बाईमाणूस मुक्कामाला पाठवा. नाही जमलं तर आम्ही आहोतच सोबतीला.''

कांताला अॅडमिट करून तुका घरी आला. आक्का डबा घेऊन कांताकडं गेली.

''कांता, हा घे डबा. रात्री लवकर जेव. मी सांभाळते मुलींना आणि रखमाला तुझ्या सोबतीला पाठवते. आता झोप निवांत. काही काळजी करू नको मुलींची; ह्या डॉक्टरीणबाई सगळं व्यवस्थित करतील. मी जाते आता घरी'', असं म्हणून आक्का घरी निघाली. तेवढ्यात नर्स येऊन म्हणाली,

''तुम्ही सकाळी रक्ताचा रिपोर्ट आला की ब्लड बँकेतून दोन बाटल्या रक्त आणून द्या. म्हणजे ऐनवेळेस धावपळ नको.''

आक्का म्हणाली, ''हो मी सकाळी मुलाला पाठवते ब्लड बँकेत.''

आक्का घरी आली. नर्सनं कांताला रात्री झोपताना एक इंजेक्शन दिलं आणि कळा येण्यासाठी काही गोळ्या दिल्या. सकाळी तिला थोड्या कळा येऊ लागल्या. तुका चहा घेऊन आला, तेव्हा डॉक्टरीणबाई म्हणाल्या,

''अजून ८-१० तास तरी लागतील. तुम्ही दुपारी परत या.'' तुका कांताला सांगून परत घरी गेला. दुपारपर्यंत कांताच्या कळा वाढत गेल्या, तेव्हा मात्र नर्सनं लगेच तिला

ऑपरेशन थिएटरमध्ये नेलं. आक्काच्या घरी नर्सिंग होममधून फोन आला, तसे सर्वच जण आले आणि ऑपरेशन थिएटरबाहेर बसून राहिले.

कांताला टेबलावर झोपवून नर्सनं तिला आणखी एक इंजेक्शन दिलं. ट्रेमध्ये सगळं सामान तयार ठेवलं. तेवढ्यात डॉक्टरीणबाई पण तिथं आल्या. आता कळा असह्य झाल्यानं, कांता जोरजोरात ओरडू लागली.

"बाई शांत रहा, थोडी कळ सोसा. असं ओरडून काय होणार आहे?" नर्स कांताला धीर देत डॉक्टरीणबाईंच्या हातात एकेक उपकरण देत होती. एक जोराची कळ आली आणि कांताचा गर्भ बाहेर आला. खूप रक्तस्राव होऊ लागला. कांताला सलाइन सुरू होतंच; पण रक्तस्राव खूप होतोय हे पाहून लगेच ब्लड सुरू करून नर्स ट्रे उचलू लागली, तेव्हा पुन्हा कांता ओरडू लागली. नर्स गडबडली, डॉक्टरीणबाईंचा चेहरा गंभीर झाला. मोठ्या प्रयत्नानं कांताची सुटका झाली, पण अंगातलं त्राण निघून गेल्यानं ती बेशुद्ध झाली. कांताला रूममध्ये शिफ्ट करून नर्सनं बाहेर येऊन सांगितलं,

"अजून दोन तास तरी कांताला भेटता येणार नाही. तिची स्थिती नाजूक आहे."

हे ऐकून तुका, आक्का, भाऊजी सगळेच काळजीत पडले. मुली तर आईची आठवण काढून रडत होत्या. मुलींना जवळ घेऊन आक्काही रडत बसली होती. आपण कुठून हा सल्ला दिला या विचारात भाऊजींनाही अपराध्यासारखं वाटू लागलं.

कांताला पुन्हा एक रक्ताची बाटली लावली. तीन तासांनी ती शुद्धीवर आली. मग सगळे जण एकदम तिच्या खोलीत गेले. कांताची अवस्था तर तुकाला बघवत नव्हती. तेवढ्यात डॉक्टरीणबाई तिथं आल्या, कांता अजूनही अर्धवट गुंगीत होती. गुंगीतच मुलींना हाका मारत होती. तिच्या कॉटभोवती सगळे जण उभे होते.

डॉक्टरीणबाईंनी फक्त तुकाला आत थांबवलं आणि बाकीच्यांना बाहेर जायला सांगितलं. सगळे जण रूमबाहेर गेले. कांतानं समोर निरखून पाहिलं. शेजारी डॉक्टरीणबाई आणि तुका उभे होते. त्यांना पाहून ती म्हणाली,

"डॉक्टरीणबाई मला एवढं काय झालंय हो? एवढ्या नळ्या का लावल्यात?" डॉक्टरीणबाई म्हणाल्या,

"शांत राहा, तुम्ही अजिबात बोलू नका."

"डॉक्टरीणबाई, माझी कांता बरी होईल ना लवकर? हे असं काय झालंय हो तिला?" तुका काळजीच्या स्वरात म्हणाला.

"हे बघा तुकाराम, मी तुम्हाला आधीच सांगितलं होतं, गर्भपात हा बाळंतपणापेक्षा त्रासदायक असतो. तुमच्या बायकोची तब्येत बरी नसल्यानं तिला जास्तच त्रास झालाय. तुम्ही करू नये ते केलंय", डॉक्टरीणबाई म्हणाल्या.

"अहो पण तो रिपोर्ट? मुलीचा गर्भ होता म्हणूनच आम्ही हे केलंय." तुकाचं हे बोलणं ऐकून डॉक्टरीणबाई म्हणाल्या,

"पण तो रिपोर्ट शंभर टक्के खरा नव्हता."

"म्हणजे काय डॉक्टर?" तुकानं विचारलं? कांताही कानात प्राण आणून ऐकू लागली.

"अहो, तुमच्या बायकोच्या पोटात जुळं होतं. पहिली मुलगी झाली आणि त्या पाठोपाठ दुसरा गर्भ आला तो..." डॉक्टरीणबाई बोलायच्या थांबल्या.

"आणि दुसरं काय होतं डॉक्टर?" तुकानं अधीर होऊन पुन्हा विचारलं.

"दुसरा गर्भ मुलाचा होता", डॉक्टरीणबाई शांतपणे म्हणाल्या.

डॉक्टरीणबाईंचं हे वाक्य ऐकलं आणि तुका दचकलाच.

''काय? दुसरा गर्भ मुलाचा होता? अरे देवा, हे काय केलं मी? देवानं दिलं पण आमच्या कर्मानं नेलं की हो'', असं म्हणून तो डोकं बडवून घेऊ लागला. कांतालाही सगळं समजलं होतं. तिलाही मोठा धक्का बसला.

''काय केलं हो आपण?'' असं म्हणत ती जोरात रडू लागली. तिच्या आवाजानं बाहेरचे सगळे जण आत धावत आले. कांतानं मुलींचा हात हातात धरला आणि पुन्हा एकदा तिची शुद्ध हरपली.

कांता आणि तुकाच्या आक्रोशानं आभाळही अवेळीच दाटून आलं. 'कांतेऽऽऽ' असं म्हणत तुकानं मोठ्यांदा आक्रोश केला आणि आभाळ बरसू लागलं. अवेळीच पावसाच्या धारा पडू लागल्या आणि ज्या गर्भासाठी कांतानं आक्रोश केला, त्या चिमण्या जिवांचं काय झालं होतं? त्यांच्या रक्तामासाचा तर केव्हाच चिखल झाला होता!

ऑगस्ट २०००

(यातील सर्व प्रसंग आणि व्यक्तिरेखा काल्पनिक आहेत.)

●●●

शिफ्टिंग

माझा जन्म पुण्यात २४ मे १९६३ रोजी, रात्री १० वाजून २० मिनिटांनी झाला. आई सांगायची मी जन्मले, तेव्हा साधारण बाळ रडतं तसं मी रडले नाही. डॉक्टरांनी प्रयत्न करून एकदाचं मला रडवलं, तेव्हा खरा माझा जन्म झाला, असं म्हणावं लागंल. म्हणजे आईच्या पोटातून बाहेरच्या जगात शिफ्ट होताना नक्की काहीतरी त्रास झाला असावा. असो!

आता हाच विषय का निवडला, तर आयुष्यात मी एकूण सात घरं बदलली आणि आठव्या घरात ३ मार्च २०२१ रोजी शिफ्ट झाले आणि ठरवलं याच विषयावर लिहू या.

माझं बालपण शिवाजीनगरला, ओसवाल यांच्या वाड्यात गेलं. दहा बाय दहाची खोली असेल. वाड्यात आम्ही सहा कुटुंबं राहात होतो. एक घोलप, ज्यांचं मटण शॉप होतं. शेजारी परदेशी नावाचं धोबी समाजाचं आणि त्यांच्या शेजारी एक मुस्लीम कुटुंब होतं. वरती माडीवर दोन कुटुंबं होती. आमची खोली एका बाजूला होती. वाड्याचा मोठा दरवाजा कायम उघडाच असायचा. आत आल्यावर दोन्ही बाजूला वर जाणारे जिने होते. तिथं आम्ही कधीच गेलो नाही. कारण भीती वाटायची, इतका अंधार असायचा तिथं. थोडं आत गेलो की उजवीकडं आमची खोली, पुढं ओटा होता. शेजारी तारेची भिंत, त्या शेजारी 'मराविमं'चं ऑफिस होतं. डाव्या बाजूला इतर तीन कुटुंबं राहात होती, मधे बोळ होता. शेवटी दोन संडास, बाहेर मोठी मोरी, जिथं बायका कपडे धुवायला, भांडी घासायला यायच्या.

वाड्याच्या वर जायला अजून एक लाकडी जिना होता, तिथं दोन कुटुंबं राहात होती. सर्व जाती-धर्मांचे लोक एकत्र राहायचे. कधीकधी लोक भांडत, शिव्याही देत.

माझी आई खूप धार्मिक, सोवळे-ओवळे पाळणारी. आम्ही लिंगायत असल्यानं कट्टर धार्मिक, शाकाहारी. त्यामुळं शेजारीपाजारी कोणाकडं पाठवत नसे. कारण शेजारी

सगळे मास-मटण खाणारे. आई देवपूजा, भजन, देव-देव करणारी. याउलट दादा, पुणे महानगरपालिकेत आरोग्य खात्यात काम करत असल्यानं सर्व जाती-धर्माच्या लोकांत मिसळून असायचे. वाड्याच्या पुढं दोन दुकानं. एक आमचं अजय सायकल मार्ट आणि दुसऱ्या बाजूला घोलप यांचं मटणाचं दुकान होतं. दादा नोकरी करून दुकान चालवायचे, इतकं आठवतंय. तेव्हा आमच्याकडं खूप पाहुणे यायचे. रोज १०-१२ जण जेवायला असायचे. मी, एक बहीण, भाऊ, आई, दादा आणि बरेच पाहुणे.

दादांचे खूप मित्र होते, वेगवेगळ्या जातीचे. ते धार्मिक नव्हते, पण अगदी परोपकार करणारे होते. लोकांना मदत करायला सदैव तयार असायचे. आई भक्ती मार्गानं जाणारी, तर दादा कर्मयोगी.

मी वयाच्या अडीच-तीन वर्षांतच हट्ट करून शाळेत जाऊ लागले, इतकी शाळेची आवड. एका गणपती मंदिरात, नंतर रोकडोबा मंदिरात पण शिकायला जात होते. मधली बहीण उमा, आईची खूप लाडकी. गोरी, उंच, लांबसडक केस. तिला आधी मनपा शाळेत आणि चौथीनंतर खासगी शाळेत घातलं होतं. मला तर पाचव्या वर्षीच खासगी शाळेत इयत्ता पहिलीसाठी प्रवेश घेतला होता.

आम्ही दोघी 'पीइएस गर्ल्स हायस्कूल' या नामांकित शाळेत जायचो. मी कायम वर्गात पहिल्या तीन नंबरात यायचे. ती तीन वर्ग पुढं होती. मी इयत्ता पाचवीमध्ये शिकत होते, तेव्हा ती इयत्ता आठवीमध्ये होती. तिची पुस्तकं मी वाचायचे, इतकी मला शिकायची आवड. भाऊ 'पीइएस मॉडर्न बॉइज हायस्कूल'मध्ये शिकला. ताईचं लग्न झाल्यानंतर तिनं अकरावी मॅट्रिक १९६८ मध्ये पूर्ण केली. आम्ही सगळी भावंडं चांगल्या खासगी शाळेत शिकलो. मनपाची नोकरी असूनदेखील मनपाच्या शाळेत आम्हाला शिकवलं नाही, ही दादांची दूरदृष्टी.

मोठी ताई विजया, जिचं १९६७ साली लग्न झालं, ती दिवाळी आणि मे महिन्याच्या सुट्टीत यायची. भाऊजी शिक्षक होते, नंतर पत्रकार झाले. ते नेहमी पुण्यात केसरीच्या ऑफिसमध्ये बातम्या द्यायला येत. त्यांचं नारायणगाव इथं पुस्तकाचं दुकान होतं. मी दरवर्षी सुट्टी लागली, की ताईकडं जायचे. तिथंच ग्रामीण भागातल्या जीवनाचा परिचय झाला आणि सवय पण लागली. भाऊजी जितके उत्साही होते, तितकेच रागीट होते. त्यांचे आई-वडील बोरी शिरोली गावाकडचे. लहान बहीण आणि भाऊ यांना घेऊन भाऊजी नारायणगावी आले. ते दोघं, म्हणजे आण्णा, वैजू आणि मी असे सुट्टीत एकत्र राहायचो. नदीवर कपडे धुवायला जाणं, चूल पेटवणं, आडाचं पाणी काढणं, बुक बाइंडिंग करणं, दुकानात काम करणं अशी एकन् एक कामं आम्ही अगदी लहान वयात करत होतो. ताईची पहिली मुलगी स्वाती एकदा पुण्याला आली, तशी आमच्याकडंच राहू लागली. मी आणि स्वाती बहिणी

झालो. आमच्यात सात वर्षांचं अंतर असल्यामुळं कोणीही म्हणायचं, की या दोघी बहिणी आहेत. ती विचारायची,

''मी झाडबुके का नाही, मी लोणकर का?''

ती आजी-आजोबांना, आई-दादा असं म्हणत असे, इतकी ती आमचीच झाली. दादा म्हणायचे, 'मोठी लग्न होऊन लवकर सासरी गेली; पण धाकटी होऊन आली आहे परत.'

मला घरकाम करायची लहानपणापासून सवय. नवीन कपडे फक्त दिवाळीत मिळत. उमाचे कपडे तिला तोकडे झाले, की मी वापरायचे. दोन कपडे घरात घालायला, दोन शाळेचे गणवेश, एक-दोन जोड नवीन कपडे; पण अन्न मात्र पोटभर, दर्जेदार आणि सकस! त्याबाबत कधीच तडजोड नाही. शहा यांच्या दुकानातला उत्तम किराणा, दूध, तूप, बासुंदी, दिवाळीत उत्तम फराळ अशी कशाची म्हणून कमतरता नाही. आम्हाला भरपूर आणि उत्तम आहार मिळत असे. त्याबाबतीत गरिबी कधीच नव्हती. इतर वस्तू मात्र काळजीपूर्वक आणि नीट वापरायच्या. नवीन वस्तू वर्षात एकदाच मिळायची. मग ती वस्तू अगदी पाटी, पेन्सिल, वही, पुस्तक, चप्पल अशी कोणतीही असो. हे सगळं मिळायला पण खूप वाट बघावी लागायची. मागेल ती वस्तू द्यायचे लाड आई-दादांनी केले नाहीत. त्यामुळं वाट बघा, धीर धरा असे संस्कार नकळत झाले. आमची दोन दुकानं होती. एका घराला जोडून पुढंच होतं. तर मारुती मंदिराच्या चौकात अलीकडं, मनपा शाळेसमोर प्रगती सायकल मार्ट हे दुसरं. मी शनिवारी दुपारी दुकानात जायचे आणि दादा काय-काय काम करतात बघत बसायचे. मला त्यांनी स्टोव्ह दुरुस्ती, सायकलमध्ये हवा भरणं, हिशेब करणं, पैसे मोजून देणं अशी किरकोळ दुरुस्तीची कामं शिकवली. मी ती खूप आवडीनं शिकले.

मला शिकायची खूप आवड आणि शिकवायची पण आवड. शेजारी राहणाऱ्या मनपा शाळेतल्या शकूला मी शिकवायचे. मी शिक्षिका झाले, ते कदाचित यामुळंच असेल.

उमा दहावी पास झाली. तिनं अकरावीला शाळेत प्रवेश घेतला आणि सांगलीच्या बुटालेंचं स्थळ आलं. ती खूप उंच आणि गोरी असल्यामुळं तिला लवकर स्थळ आलं. लगेच लग्न ठरलं. त्यावेळी त्यांचा प्रश्न होता,

''तुमचं घर एका खोलीचं. जावई आला तर कुठं आणि कशी सोय करणार?''

दादांनी डोंबे या एका नातलगांचं घर विकत घ्यायचा विचार आधीच केला होता. आईची काळजी मिटली. लोकमान्यनगर म्हाडाच्या कॉलनीत त्यांच्या एका फ्लॅटची खरेदी केली होती. त्यांना दादा थोडे पैसे देत होते; पण ते घर काही ताब्यात देत नव्हते. शेवटी त्यांचा पद्मावतीमधला लांब आणि एकाकी वस्तीतला बंगला तात्पुरता मिळाला. तिथंच तातडीनं आम्ही शिफ्ट झालो, तेव्हा मी आठवीत शिकत होते. अगदी सहामाही परीक्षा जवळ आली आणि माझं स्थलांतर झालं. त्यावेळी पुण्यात जोशी-अभ्यंकर खूनसत्र सुरू होतं. लोक

संध्याकाळी बाहेर पडायला खूप घाबरत. त्यावेळी आम्ही दूर, एकाकी वस्तीत राहायला गेलो. उमाचं लग्न सांगलीतल्या एका राजवाड्यात थाटात झालं. तिनं नशीब काढलं, असं सगळे नातलग म्हणायचे. इतकं मोठं आणि श्रीमंत घर तिला मिळालं. सासरही खूप चांगलं होतं. तिला प्रेमळ माणसं मिळाली.

आमची शाळा संध्याकाळी ५.३० वाजता सुटायची. नंतर बसस्टॉपवर धावत जायचं आणि बस पकडायची. शिवाजीनगर ते पद्मावती असं बसनं घरी जायला ३० ते ४० मिनिटं लागायची. आई घरी काळजी करत बसायची. संध्याकाळी ७ वाजले की बाहेर अंधार. एखादा पिवळा दिवा किंवा बल्ब घराघरात दिसायचा. रस्त्यावर एकदम सामसूम. आपल्या पावलांचा आवाज पण अंगावर काटा आणायचा. सगळीकडं दहशतीचं वातावरण. भीती समाजात रुजली होती. जोशी, अभ्यंकर, गोखले यांचे खुनी काही सापडत नव्हते. अशा वेळी बसमधून उतरून घाबरत घाबरत घरी एकदाचं पोचले, की आईला आणि मला हायसं वाटायचं. भाऊ आणि दादा सायकलनं जायचे.

भाऊ एफवाय बीएला मॉडर्न कॉलेजात होता. नंतर त्यानं हिंदी विषय घेऊन बीए करायचं म्हणून एसपी कॉलेजला प्रवेश घेतला. मी आठवी आणि नववी अशी दोन वर्ष तिथं एकाकी लांब वस्तीत राहून, बसनं प्रवास करून काढली. स्वातीला रोज दादा शाळेत सोडायचे-आणायचे. अशी दोन वर्षं गेली. तिथंही एक चांगला शेजार मिळाला. कुलकर्णी नावाचं ते अतिशय धार्मिक कुटुंब होतं. त्यांची मुलगी मेधा माझी मैत्रीण झाली. यामुळंच शाळा आणि शेजार यातून ब्राह्मणी संस्कार आणि तशाच मैत्रिणी मला मिळत गेल्या. हा जागा बदल, शिफ्टिंग आयुष्याला नवं वळण देऊन गेलं. नाहीतर शिवाजीनगर गावठाणात राहून फार काही प्रगती झाली नसती, उलट बहिणी पाठोपाठ माझंही लग्न झालं असतं. पण मला तर खूप शिकायची आवड होती, नियतीनं मला घर सोडून पद्मावतीला नेलं तेच बरं झालं!

इयत्ता नववी पास झाले आणि दहावीला असताना एकदाचं आम्ही लोकमान्यनगर २९-ब, ६४० इथं मुक्कामी शिफ्ट झालो. डोंबे काका-काकू पद्मावतीला राहायला गेले. आम्हाला आमचा हक्काचा निवारा मिळाला. वाड्यातले भाडेकरू वाडा सोडून जात नव्हते, म्हणून कोर्ट कचेरी सुरू होती. काही वर्षांनी शिवाजीनगरचं घर, दुकान सगळं सोडावं लागलं. घरमालक ओसवाल कोर्टात केस जिंकला आणि त्याला वाडा मिळाला. नंतर त्याने वाडा विकून टाकला. आज तिथं जैन मंदिर उभं आहे, तेव्हा आम्ही अगदी वेळेत घर सोडलं आणि स्वत:च्या हक्काच्या घरात स्थिर झालो, नाहीतर वाडा सोडून कुठं गेलो असतो? जे झालं, जे होतं, त्यामागं नियती असते हेच खरं. उमाचं लग्न ठरलं, तोच माझ्या जीवनात मोठा टर्निंग पॉइंट ठरला. मी दहावीला गेले आणि एसपी कॉलेजच्या जवळ राहायला आले. सुशिक्षित शेजार, एकूणच सदाशिवपेठी वातावरण, याचा खूप खोल असा परिणाम माझ्या

आयुष्यावर झाला.

दहावीला असताना शाळेत शिक्षकांचा संप सुरू झाला. रोज शाळेत बसनं जायचं आणि यायचं. शिक्षक वर्गात येत नसत. मला क्लास पण लावला नव्हता. ४ ते ५ महिने हा संप सुरू असंल. पण आमची परीक्षा अखेर मे महिन्यात झाली आणि जून १९७८ मध्ये मी प्रथम श्रेणीत उत्तीर्ण झाले.

शेजारी राहणारे हर्डीकर काका-काकू यांचा आग्रह होता, की कांचनला पुढं शिकवा. लिमये कुटुंब पण सुशिक्षित होतं. त्यांचा अभय एस. पी. कॉलेजमध्ये शिकत होता. मंजू आणि पौर्णिमा नूमवि शाळेत शिकत होत्या. आमची ओळख झाली. आम्ही सर्वांनी एस.पी. ला प्रवेश घेतला. भाऊ तिथंच बीए करत होता, तेव्हा कै. साने सर त्याला हिंदी शिकवायचे. एकदा भाऊ म्हणाला,

''तू आर्ट्स घे.'' आम्ही तिथं गेलो आणि लगेच फॉर्म भरला. त्याच्या ओळखीचे एक क्लार्क म्हणाले,

''मार्क्स चांगले आहेत, सायन्सला प्रवेश घ्या ना.'' इतका सहज प्रवेश मिळत होता तेव्हा; पण मी आर्ट्सला प्रवेश घेतला. विषय कोणते घ्यायचे हे पण भाऊनंच ठरवलं. मी प्रवेश घेतला, पण आई-दादा यांनी एक अट घातली, घरची सर्व कामं केली, तरच शिकता येईल. लग्न जमलं तर लग्न करायची तयारी पाहिजे. मी तेव्हा 'हो' म्हणाले, म्हणूनच तर माझा प्रवेश नक्की झाला. तेव्हा ३०० रुपये फी भरली. खरी परीक्षा आता सुरू झाली. आई कायम धार्मिक कार्यक्रम, भजनी मंडळं, यात्रा यात व्यग्र असायची आणि घरी तर पाहुणे सारखेच यायचे. मी जिद्दीनं सर्व घरकाम करून शिकत राहिले. एक दिवसही कॉलेज चुकवलं नाही. कै. कावळे सर, कै. दि. मु. वाघ सर खूप छान शिकवायचे. अकरावीला एक सुंदर मुलगी, ती पण हुशार, स्मिता नामजोशी, माझी मैत्रीण झाली. शिवाय मेधा बापट, विलीना नंदे, नीलिमा वाड या सगळ्या मध्यमवर्गीय धार्मिक, बाळबोध वळणाच्या ब्राह्मण कुटुंबातल्या मैत्रिणी झाल्या. कॉलेज पण शिस्तीचं, साधं वातावरण. मुलींच्या बाबतीत तर शिक्षक, प्राचार्य विशेष काळजी घेणारे, लक्ष देणारे होते. मी भूगोल, तत्त्वज्ञान, समाजशास्त्र या विषयात कायम पहिला-दुसरा नंबर मिळवत होते. अकरावीमध्ये दोन विषयात कला शाखेत पहिली आले. अकरावीपासून पुढं बीएपर्यंत गुणवत्ता यादीत कायम होते. त्यामुळं गुणवत्ता शिष्यवृत्ती मिळत गेली. शिक्षक आणि शेजारी यांचं कायम प्रोत्साहन मिळालं. भूगोलाचे रणजित गायकवाड सर घरी यायचे आणि सांगायचे,

"हिचं शिक्षण सुरूच ठेवा, तुमची मुलगी खूप हुशार आणि गुणवान आहे." विशेष श्रेणी मिळून मी भूगोल विषय घेऊन बीए झाले. दरम्यान उमाला दोन मुलगे, एक मुलगी झाली. आईचा कल तिच्याकडं जास्त. सुट्टी लागली की मी सांगलीला जायचे. तिची मुलं अगदी

प्रेमानं माझ्याकडं राहायची. दरम्यान भाऊ बीए, एलएलबी झाला. तो झेडपीमध्ये नोकरी करत शिकला. त्यानं दुकानदारी करावी असं दादा म्हणत, पण त्याला नोकरी करायची होती. मी आणि स्वाती दोघी एसपीमध्ये शिकत होतो. ती बीएससी करत होती. मी बीए झाले. पुढं जिद्दीनं एमए भूगोल विषय घेऊन विशेष श्रेणी घेतली.

लग्नाला स्थळं आली, तरी पुण्यातला सुशिक्षित मुलगा मिळत नसल्यानं माझं शिक्षण सुरूच राहिलं. मला व्यापारी मुलगा, दुकान चालवणारं कुटुंब नको होतं. श्रीमंत तर अजिबात नको, असं वाटत होतं. मी स्वतंत्र विचारांची, धाडसी असल्यानं आईला लग्नाची काळजी होती.

''शिकलेला मुलगा कसा मिळंल? ही तर अजून शिकतेय'', असं तिला सारखं वाटायचं. त्यामुळं तिनं कायम माझ्या शिक्षणाला विरोध केला. पण दादा पाठीशी ठाम राहिले. लगेच बीएडसाठी टिळक कॉलेज ऑफ एज्युकेशनमध्ये प्रवेश घेतला. जिथं प्रवेश मिळणं खूप अवघड असायचं, तिथं मला मेरिटवर सहज प्रवेश मिळाला. अनेक अडचणी आल्या, पण तितक्याच जिद्दीनं मी बीएड केलं. एक टर्म फर्ग्युसनमध्ये बीएच्या वर्गाला पार्ट टाइम शिकवायला गेले आणि अखेर गुणवत्ता यादीत भूगोल, मराठी विषयात प्रथम आले. उपप्राचार्य कै. बोधनी सर यांनी मला बोलावून घेतलं आणि माझं विशेष कौतुक केलं. पुढं काय करायचंय हे ठरलंच होतं. पुन्हा विरोध पत्करून एस. पी.मध्ये अर्ज केला. लगेच माझी एका वर्षासाठी जून १९८६ साली क. म. शिक्षिका म्हणून नेमणूक झाली. केवळ गुणवत्ता आणि मला ओळखणारे सर्व शिक्षक यामुळं एका नामांकित कॉलेजमध्ये नोकरी मिळाली. मी जिथं शिकले, त्याच विभागात शिक्षिका म्हणून लागले. भूगोल विभाग तर माझाच होता. भावेबाई, ढवळीकरबाई, देवधरबाई, गोळेबाई, वीणाबाई, देवस्थळीबाई आणि इतर शिक्षक यांना माझं खूप कौतुक होतं. मी, गायकवाड सर आणि हरिश्चंद्रकर बाई असे आम्ही तिघंजण अकरावी-बारावीला शिक्षक होतो. आमचं एक कुटुंबच होतं म्हणा ना. सगळे सर, विभाग प्रमुख यांनाही माझं कौतुक होतं. याचं एकच कारण म्हणजे जिद्द, गुणवत्ता. मी गुणवत्तेच्या आधारे शिक्षिका झाले होते.

वर्ष १९७८ ते १९८६ सगळा प्रवास आठवला. ती आठ वर्षं माझी खूप काही परीक्षा घेऊन, सहनशक्ती वाढवत होती. मला एस. पी.मध्ये नोकरी लागली, आता लग्न करायला मी मनानं तयार झाले. ओळखीच्या नात्यामधून एक स्थळ आलं. पुन्हा नकार-होकार, पत्रिका पाहाणं, यात एक वर्ष गेलं. नोकरीचा पुन्हा इंटरव्ह्यू होता. मला एक वर्षापुरती पुन्हा तीच नोकरी मिळाली. तेच स्थळ पुन्हा एक वर्षानं आलं. ग्रामीण भागातल्या, ४०-५० लोक एकत्र राहाणाऱ्या शेंडे यांचा होकार आला. मुलगा पुण्यात शिकून जाहिरात क्षेत्रात काम करत होता. मी केवळ त्यांचं शिक्षण पाहून होकार दिला आणि ९ जून १९८७ रोजी, मी कांचन

झाडबुकेची कांचन चारुदत्त शेंडे झाले. त्यांनी पण अनेक श्रीमंत, सुंदर मुली नाकारल्या होत्या आणि फक्त माझं शिक्षण, जिद्द, एस. पी.सारख्या नामांकित कॉलेजमधली नोकरी, याला पसंती दिली. हे सर्व कशामुळं घडलं, तर मी लोकमान्यनगर इथं राहिले, शिकले त्यामुळंच. लग्न केलं तर राहायचं कुठं? हा विचारच केला नव्हता. नवऱ्याची ५-७ भावंडं, कस्तुरे चौकात वायाळ यांच्या एका खोलीत राहात होती. गावाकडं खूप माणसं एका वाड्यात राहात. सासरची खूप माणसं, गावाकडलं वातावरण, या सगळ्यात मी सहजपणे रुळले. मोठ्या ताईकडं लहानपणापासून राहिल्यामुळं मला खेड्याची सवय होती.

दिनांक ९ जून १९८७ रोजी लोणंद इथं माझं लग्न झालं. लोकमान्यनगर सोडलं आणि गणेश पेठेत शिफ्टिंग झालं. तिथं अजून दोन रूम घेतल्या आणि सर्वजण एकत्र राहिलो. आम्ही दोघं, तीन दीर, त्यातला एक दीर शिकत होता. दोघं दुकान चालवत होते. शिवाय अधूनमधून येणारे-जाणारे असत.

नोकरी, घरकाम, लग्नाचं पहिलंच वर्ष. अजून सर्वांची पुरती ओळख पण झाली नव्हती. इतके सख्खे-चुलत नातलग. त्यांच्या अपेक्षा वेगळ्या, माझ्या वेगळ्या. मी विभक्त कुटुंबातून आलेली, ते एकत्र कुटुंबात राहणारे. विचार, राहणीमान, स्वयंपाक करायची पद्धत सगळंच वेगळं. एकूणच आम्हा दोघा नवरा-बायकोची ती परीक्षाच होती. घरमालकीण त्रास देत असे. तिनं घर सोडायला सांगितलं. थोडे दिवस मुदत मागितली. आता दोघांनी जायचं कुठं? बाकीचे दीर तिथंच एका खोलीत राहाणार होते. आम्ही भाड्यानं घर शोधू लागलो; पण डिपॉझिट द्यायला पैसे नव्हते. त्यावेळेस मला दोन हजार रुपये पगार होता. रिक्षानं घर ते कॉलेजला जायला तीन रुपये लागायचे, ते वाचवायचे म्हणून मी एक वेळ चालत जायचे. घरी येताना भाजी, वाण सामान, दळण घेऊन यायचे. आल्यानंतर पुन्हा जेवण तयार करायचं. घरकाम करायला बाई नाही, कारण गावाकडं सर्व घरकाम घरातल्या बायका करत. इथं पुण्यात एक बाई मिळाली, ती भांडी घासून जाऊ लागली, तोच काय तो आधार मिळाला. शिवाय कॉलेजची तयारी, अभ्यास, पेपर तपासण्यात वेळ जायचा. या गोष्टी कोणाच्याही लक्षात येत नसत. खरोखर ती माझीच परीक्षा होती.

एक दिवस आम्ही दोघं माझ्या माहेरी गेलो. आमची जागेची अडचण आहे, हे ऐकताच दादा म्हणाले,

"चारुदत्त एक खोली आहे. तुमचं घरभाडं पण वाचंल. तुमची राहायची तयारी आहे का?" दादा मनपामध्ये नोकरी करत होते, म्हणून त्यांना अंबिल ओढा कॉलनीमध्ये (आत्ताचं साने गुरुजीनगर) एक खोली मिळाली होती. ती रिकामी होती. ४० रुपये भाडं होतं. घरात नळ, संडास, बाथरूम काहीही नाही. एका कोपऱ्यात लहानशी मोरी होती. पाणी बाहेरून आणायचं. आम्ही लगेच होकार दिला आणि दोघं शिफ्ट झालो. मार्च १९८८

साली सागर भाऊजींचं लोणंदमध्ये लग्न झालं. लग्नाला जाऊन परत आलो. त्यानंतर खोलीत सामान लावलं आणि राहू लागलो. अशा घरात आम्ही राहात होतो हे गावाला कोणालाही फारसं आवडत नव्हतं; पण मदत तर कोणीच करत नव्हतं.

शेजारी-पाजारी सगळे चतुर्थ श्रेणी कामगार, सगळं वातावरण एकदम भिन्न! एक शेजार खूप चांगला होता. घडशीबाई माझं घरकाम करत. लग्नाला ७-८ महिने झाले होते, त्याकाळी नवीन जोडपं म्हणजे एका वर्षात मूल झालं पाहिजे, अशी रीतच होती म्हणा ना. आमची अजून मानसिक तयारी नव्हती. तो काळ आजच्या इतका मनमोकळं वागण्याचा नव्हता. इथंही माझीच परीक्षा होती. लहान खोलीत राहून नोकरी करायची, सासरची मर्जी सांभाळायची; शिवाय गौरी-गणपतीला गावी जायचं. गावी घरात एकावेळी १० ते १५ माणसं असत. मी, थोरली जाऊ, सासूबाई मिळून सगळी कामं करायचो.

एक बरं झालं, घर आणि कॉलेज यातलं अंतर कमी झालं. यायचा-जायचा वेळ वाचला. मी माहेरी कधी फारशी गेले नाही. दादा तेवढे येता-जाता चौकशी करायचे. तोच मोठा आधार होता. वहिनीला दिवस गेले आणि तिच्या पाठोपाठ मला. याच एका खोलीत माझं गरोदरपण झालं. डोहाळ जेवण गावाकडं झालं. वहिनीला पहिला मुलगा होता विवेक, आता दुसरा मुलगा झाला. भाऊची सांगलीला बदली झाल्यानं तो उमाकडं राहात होता. अधूनमधून सुट्टी घेऊन भेटायला यायचा.

दि. ७ जानेवरी १९८९ रोजी मला मुलगा झाला. आता घरात दोन लहान मुलं. वहिनीचं बाळ आणि माझं बाळ. दोघात सात महिन्यांचा फरक. जुळी असतात तशी दोन बाळं आई-दादा सांभाळत होते. एका महिन्यात गावाला बारसं झालं आणि मुलाचं नाव गौरव ठेवलं. भाऊच्या मुलाचं नाव गणेश. गणेश आणि गौरव एकत्र वाढले. दादा खूप प्रेमानं दोघांना सांभाळायचा, खाऊ घालायचा. तीन महिने झाले आणि पुन्हा मी घरी आले. एका खोलीत आमचा संसार. आता आम्ही तिघं राहू लागलो. गौरव चार महिन्यांचा झाल्यावर त्याला आता कोण सांभाळणार? असा प्रश्न निर्माण झाला. कारण माझं कॉलेज सुरू होणार होतं. तेव्हा आम्ही नवरा-बायकोनं विचार केला, की पाळणाघर चालवणाऱ्या शिंगवेकर मावशी लोकमान्यनगरमध्ये जवळच राहातात, त्यांच्याकडं त्याला सोडू या. गौरवला पाळणाघराची सवय होण्यासाठी आम्ही त्याला रोज एक तास तिथं सोडू लागलो. खूप वाईट वाटायचं, पण आई-दादांना त्रास नको म्हणून आम्ही हा निर्णय घेतला, पण सासरी हे काही सांगितलं नाही. आईकडंच असतो तो दिवसभर, असं सांगितलं. कारण पाळणाघर ही कल्पनाच त्यांना आवडली नसती, म्हणून कदाचित मला नोकरी सोडावी लागली असती. पण आम्ही दोघांनी एकमतानं निर्णय घेतला, की दोघांनी कमावलं तरच घराचं स्वप्न पूर्ण होईल.

गौरव रोज पाळणाघरात नियमित जाऊ लागला. सकाळी १० ते संध्याकाळी ५.३०

पर्यंत. संध्याकाळी कॉलेज सुटलं, की मी त्याला घेऊन माहेरी जायचे. तिथं थोडा वेळ खेळायचा, नंतर त्याचे बाबा ऑफिस बंद करून आम्हाला न्यायला यायचे. आमच्या स्कूटरचा आवाज आला, तरी गौरवला कळायचं, बाबा घ्यायला आले म्हणून. गौरव सहा महिन्यांचा झाला आणि अचानक त्याला उलट्या-जुलाब सुरू झालं. आता त्याला पाळणाघरात कसं ठेवणार? मग आई-दादा त्याला सांभाळू लागले. २-३ डॉक्टरांकडं नेलं, तरी फरक पडेना. त्याची अवस्था बघून आम्हालाही काहीच सुचेना. त्याचं वजन कमी होऊ लागलं. पाणी प्यायला तरी उलटी होऊ लागली. कोणीतरी आम्हाला डॉ. आनंद पंडित यांचं नाव सुचवलं. मग आम्ही त्याला त्यांच्याकडं घेऊन गेलो. ते म्हणाले,

"तुम्ही इतके दिवस काय केलं? याच्या किडनीला सूज आलीये, लगेच ॲडमिट करा." त्याला लगेच धडफळे यांच्या हॉस्पिटलमध्ये दाखल केलं. आठ महिन्यांचं बाळ, हातापायाच्या अगदी काड्या झाल्या होत्या. त्यांनी लगेच उपचार सुरू केले. आम्ही दोघंही आठ दिवस हॉस्पिटलमध्येच राहिलो. आठ दिवसातच तो बरा झाला. त्यानंतर ३-४ महिने त्याचे उपचार सुरू ठेवल्यावर गौरव पूर्ण बरा झाला. एक वर्षाचा झाला, तेव्हा अगदी गुटगुटीत, उंच, पुन्हा पहिल्यासारखा दिसू लागला. जन्मतः उंच असल्यानं तो मोठाच दिसायचा.

हे निमित्त झालं आणि आम्ही ठरवलं, एका खोलीत किती दिवस राहणार? आता आपलं घर घेऊ. योगायोगानं ओळखीच्या बिल्डरचं काम एस. पी. कॉलेजच्या जवळ सुरू होतं. तिथं आम्ही तीन खोल्या आणि टेरेस असलेला फ्लॅट बुक केला. अर्थात आमच्या दोघांच्या कमाईवर. तेही अगदी पेठेत. त्यावेळी अर्थात केवळ दादा होते, म्हणून आम्हाला एक खोली मिळाली आणि आम्ही तिथं राहून पैसे साठवू शकलो आणि हा फ्लॅट घेऊ शकलो.

दिनांक ९ एप्रिल १९९० रोजी आम्ही आमच्या हक्काच्या नव्या घरात प्रवेश केला. आमचं सहकुटुंब शिफ्टिंग कायमसाठी व्यंकटेश निवास, १४८९, सदाशिव पेठ इथं झालं. घर, कॉलेज, शाळा असं सगळं काही जवळच्या अंतरावर असल्यानं खर्चामध्येही बरीच बचत झाली.

गौरव एक वर्ष कारेकर मावशी यांच्या पाळणाघरात जाऊ लागला. नंतर पाचवीत गेला तसा रिक्षानं शाळेत एकटा जायचा-यायचा.

बस, रिक्षा कसलाच खर्च मला आला नाही. कारण घर आणि एस. पी. कॉलेजमध्ये खूप कमी अंतर होतं, त्यामुळं मी रोज चालत जायचे. दरम्यान सगळ्या दिरांची लग्नं झाली आणि तेही आपापल्या संसारात रमले. सगळे नातलग अधूनमधून येतात. आम्हीही दिवाळीसाठी गावी, लोणंदला जातो.

आम्ही चार जावा आणि दोन नणंदा. अगदी बहिणी-बहिणी असाव्यात असं आमचं नातं

आहे; तर सगळे दीर भावांच्या जागी आहेत. सासू-सासरे आई-वडिलांसमान. आता माझं सासर हेच माझं माहेर आहे. सगळ्या चुलत भावंडांना एकमेकांचा लळा आहे. आमच्या एकत्र मोठ्या कुटुंबासारखं कुटुंब आता कुठंही पाहायला मिळणार नाही.

व्यंकटेश सोसायटी इथं आलो आणि आमची खूप प्रगती झाली. सर्व वस्तू घेतल्या. नवीन गाडी १९९५ साली घेतली. दरवर्षी ट्रिपलाही गेलो. आमचा संसार पाहून दादा तृप्त झाले होते. दरम्यान त्यांचं २००३ साली निधन झालं. भाऊ पण अचानक गेला. तो धक्का मात्र आम्हाला सहन झाला नाही. आई, वहिनी धीरानं सगळं सहन करून घर चालवत होत्या.

दरम्यान माझी २-३ मोठी आजारपणं झाली. त्या काळात नवरा आणि मुलानं घर सांभाळलं. चांगल्या-वाईट काळात आम्ही एकमेकांना सांभाळून समजुतीनं संसार केला. मी गाणं शिकायला सुरुवात केली, लेखन करू लागले. हार्मोनियम वाजवायला शिकले. हर्षदा कारेकर आणि नंतर वैशालीताई या माझ्या गुरू आहेत.

गौरवच्या बाबांना फिरायची आणि बागकामाची आवड. आम्ही आमचे छंद जोपासतो आहे. आमची युरोप ट्रीप झाली. अनेक राज्यात फिरलो. खरोखर या घरात येऊन आमची खूप प्रगती झाली. आम्ही एक रो-हाउस घेतलं. ते पाहायला मात्र दादा नव्हते, याची खंत आहे.

गौरव नोकरी करत होता. पण नंतर दोनच वर्षांत त्यानं स्वतःचा व्यवसाय करायचा ठरवून इंटेरिअर डिझायनिंगचं कामही सुरू केलं. त्याचं लग्न करायचं ठरलं, तेव्हा आपला तीन रूमचा फ्लॅट आता कमी पडेल असा आम्ही विचार केला. नवीन मोठं घर जवळपास घेऊ, तोपर्यंत भाडं देऊन फ्लॅट बघू असं ठरलं. दिवाळी झाली आणि नोव्हेंबर २०१७ साली आकृती संकुल इथं आम्ही शिफ्ट झालो. हे माझ्या आयुष्यातलं सातवं घर. एक रो-हाउस घेतलं होतं, तिथं कधी राहिलो नाही. २०१८ साली गौरव आणि स्नेहलचं लग्न झालं. त्याचा आणि बाबांचा स्वतंत्र व्यवसाय. मी आणि सून नोकरी करतो. मी २०१६ साली एसपीमध्ये उपप्राचार्य झाले, ती मोठी जबाबदारी नवरा आणि मुलाच्या सहकार्यानं पार पाडत आहे. दोघांचं मला खूप पाठबळ मिळालं.

आता ३१ मे २०२१ रोजी मी सेवानिवृत्त होईन.

मला अचानक ३० जानेवारी २०२१ रोजी घरमालक खाडिलकरांचा निरोप आला.

''घराचं भाडं वाढवलं आहे, ते जमा करा अन्यथा आम्ही ते घर विकणार आहोत'' आम्हाला जास्त भाडं देणं शक्य नसल्यानं मी त्यांना नम्रपणे नकार दिला. त्यातच माझं मोतीबिंदूचं ऑपरेशन ठरलं होतं. ते केलं आणि लगेच दहा दिवसात घर शोधू लागलो. सात-आठ फ्लॅट पाहिले, अखेर 'प्रथम' बिल्डिंगमध्ये सर्वांना एक फ्लॅट पसंत पडला. गेलं

वर्षभर कोरोनाचं संकट आहे. परत लॉकडाउन झालं तर? आत्ता लवकर बाहेर पडू आणि शिफ्ट करू; असा विचार केला. दोन दिवसात सगळी तयारी झाली आणि आम्ही ३ मार्च २०२१ रोजी आकृती संकुल सोडलं. आता मी आठव्या घरात आले. आता केवळ गरज म्हणून घर बदलावं लागलं होतं. त्यामुळं आयुष्यात काही फार मोठा बदल होणार नव्हता. पण आपलं कायमचं घर ''व्यंकटेश निवास'' हेच सेवानिवृत्तीनंतर शेवटचं घर असावं असं वाटतंय. वयोमानानुसार घर बदलणं, शिफ्टिंग करणं मात्र आता शरीर आणि मन लवकर स्वीकारत नाही असं जाणवतं; पण आयुष्य बदलवून टाकणाऱ्या शिफ्टिंग मात्र माझ्या कायम लक्षात राहतील.

१० मार्च २०२१

●●●

प्रिय, एस. पी.

प्रिय,

एस. पी. अर्थातच सर परशुरामभाऊ कॉलेज.

साष्टांग दंडवत!

१९७८ साली कांचन झाडबुके नावाची एक मुलगी तुझ्या प्रांगणात प्रवेश करते आणि स्वप्नातही पाहिल्या नाहीत, अशा गोष्टी घडत जातात. काहीही ठरवलं नाही, स्वप्नही पाहिली नाहीत; पण केवळ आणि केवळ शिकायची आवड, जिद्द यामुळंच ती शिकली. इतकंच नव्हे तर सतत गुणवत्ता यादीत येत राहिली. संस्था, प्राचार्य, सर्व प्राध्यापक यांचा आशीर्वादही तिला लाभला. अखेर जून १९८६ साली तिला तू शिक्षक म्हणून सामावून घेतलंस आणि तिचा प्रवास सुरू झाला. तीच मुलगी म्हणजे मी, आत्ताची कांचन शेंडे. तिनं आयुष्याची ४३ वर्षं तुझ्याच प्रांगणात काढली, इतका मोठा प्रवास आज ३१ मे रोजी पूर्ण होत आहे. अर्थातच आयुष्याचा साथीदार आणि कुटुंबातले सर्वजण सोबत आहेत, म्हणूनच हे शक्य झालंय.

तुझ्या सान्निध्यात तर तुझ्या भिंती, कमानी माझ्याशी बोलू लागतात. माझा माझ्याशीच संवाद सुरू होतो. तुला सोडून जाऊच नये असं वाटतं. ती हिरवळ, कारंजे, बाग, आंब्याची झाडं, इकडं-तिकडं मनसोक्त विहार करणाऱ्या त्या खारी, कुहूकुहू करणाऱ्या कोकिळा याच माझी सोबत करतात. आता सगळं काही बंद असताना, मी एकटीच बसून असते तेव्हा!

माझ्या भूगोल विभागात असताना खिडकीतून दिसणारी हिरवाई, मोठाले वृक्ष डोळ्यात अगदी साठवून ठेवले आहेत. ते भले मोठाले वर्ग, ज्यांचे क्रमांक आठवले तरी डोळ्यासमोर दिसणारे आमचे प्रेमळ शिक्षक, गच्च भरलेले वर्ग आठवतात. ते नुसते निर्जीव बाक, फळे नाहीत. त्यांच्याशी खूप जवळचं नातं जोडलं गेलं आहे. आमचे शिक्षक निवृत्त झाले, नवीन

शिक्षक रुजू झाले, मुलांना आणि आम्हाला तू आपलंसं केलंस. गेल्या ३५ वर्षांच्या तुझ्या सहवासातला प्रत्येक क्षण काही ना काही देऊन गेलाय मला. तू पण शंभरी ओलांडून अजूनही त्याच दिमाखात उभी आहेस. ऊन, वारा, पाऊस झेलत, आम्हाला पोसत आहेस. काळाच्या ओघात येणारा प्रत्येक जण जाणारच आहे तुला सोडून; पण मनातून मात्र तू आम्हाला आणि आम्ही तुला कधीच सोडून जाणार नाही. उपप्राचार्या झाले आणि तुझ्यासाठी सेवा करायची मोठी संधी आली. तुझा नावलौकिक इतका मोठा, त्यामुळंच मी मोठी झाले. तुझ्या प्रांगणातला प्रत्येक शिक्षक केवळ तुझ्यामुळंच मोठा झालाय, तुझ्याशिवाय आमचं नाव आणि अस्तित्व अगदी शून्य आहे. तुझ्या प्रांगणातला प्रत्येक शिक्षक, विद्यार्थी, मैत्रिणी, सहकारी, शिक्षकेतर कर्मचारी, साफसफाई करून तुझं रूपडं चकचकीत ठेवणारे कर्मचारी, मेन गेटवर असणारे सुरक्षा रक्षक सर्वांनी मला आपलं मानलं, मान दिला, ज्यांच्यावाचून मी अपूर्ण आहे.

तुझ्या आजूबाजूला असलेल्या अनेक इमारती, त्यांची काही ना काही आठवण आहेच सोबत. तू एका टोकापासून तिकडं टिळक कॉलेजपर्यंत सगळं काही अगदी प्रेमानं कवेत घेऊन सांभाळते आहेस, तसंच आपली मातृसंस्था शिक्षण प्रसारक मंडळी, तिचे संस्थापक, लोकमान्य टिळकांच्या शब्दाला मान देऊन, ज्यांनी ही भूमी आपल्याला दिली ते कै. जगन्नाथ महाराज पंडित आणि त्यांचे कुटुंबीय, तसंच आपले आजी-माजी प्राचार्य, उपप्राचार्य, प्राध्यापक, शिक्षक, शिक्षकेतर यांनी तुला जगाच्या पाठीवर खूप उत्तुंग ठिकाणी स्थानापन्न केलं आहे, याचा नक्कीच अभिमान आहे. या सर्वांचं मी मनापासून आभार मानते. तसंच आपलं ग्रंथालय, पतपेढी, ग्राहक भांडार आणि जनता बँक, एचडीएफसी बँक, ई-प्रवेश, दाते मांडववाले, श्री. पुजारी (एसपी मेस) विक्रांत प्रिंटर्स (श्री. वैद्य), मुद्रा ऑफसेट, इमेज सोल्युशन्स, पठाण भाभी यांनी दिलेल्या सेवेबद्दल त्यांचेही आभार.

प्रिय एसपी, केवळ तुझ्यामुळंच आयुष्यात स्थैर्य आलं. नाव, पैसा कमावता आला. तुझं हे ॠण कधीच फिटणार नाही इतकं मोठं आहे आणि तुझ्या ॠणातून मुक्त होता येणारही नाही. खरं तर नियती, नशीब म्हणून जे काही आधीच ठरलेलं असतं, त्यात आपण फक्त निमित्त असतो. तुझ्या प्रांगणातल्या प्रत्येक माणसाचं, अगदी झाडाचं, पानाफुलांचं नशीब म्हणूनच ते तुझ्यावर पोसत आहेत. हजारो, लाखो माणसांचं नशीब तू घडवलं, त्यांना नावारूपाला आणलंस. तुला सोडून जाताना अर्थातच खूप दुःख होतंय; पण सोडून जाताना समाधान पण आहे. तू कायम स्मरणात राहशील. तुला विसरणं अशक्य आहे. जाता-जाता तुझ्यासाठी एक गाणं -

कितीदा नव्याने तुला आठवावे,
डोळ्यातले पाणी नव्याने वहावे!!

३१ मे २०२१

●●●

लेन्स

देवानं आपल्याला या देहासोबत एक मोठं वरदान दिलंय, ते म्हणजे आपली वेगवेगळी ज्ञानेंद्रिये आणि वाचा. आपण जे जे बघत असतो, ऐकत असतो, ते आपण शब्दात व्यक्त करत असतो. अगदी जन्मल्यापासून जे जे दिसतं त्याचा अर्थ मेंदू लावत असतो. रंग, गंध, आकार, स्पर्श, चव, वेगवेगळ्या भावना याचा अर्थ आणि अनुभव मिळत जातो. आपल्या बोली भाषेत आपण ते व्यक्त करतो. पण शरीराचं, अवयवांचं महत्त्व तेव्हाच समजतं, जेव्हा तो अवयव बिघडतो, म्हणजे आपण आजारी पडतो. असाच एक अनुभव सांगते.

अशीच एक घटना घडली आणि माझ्याच शब्दात सांगायचं, तर माझ्या एका डोळ्याला दिव्यदृष्टी प्राप्त झाली. आश्चर्य वाटलं ना? हो, दिव्यदृष्टीच मिळाली. वर्ष २०१९ मध्ये मी डोळ्यांच्या डॉक्टरांकडं गेले होते. त्यांनी डोळे तपासले आणि सांगितलं मोतीबिंदू झालेला दिसतोय; पण काळजी करू नका. अगदी त्रास होतो आहे, असं वाटलं तर परत या, मी आत्ता नंबर लिहून देते, तो चष्मा करून घ्या. माझं वय सत्तावन्न वर्ष होतं, त्यामुळं मोतीबिंदू झाला हे तसं अगदी सामान्य होतं. काळजी करावी असं काही नव्हतं. पण मलाच वाटत होतं, आपल्या वयाच्या मानानं जरा लवकर झालाय. इतक्या लहान वयात कसा मोतीबिंदू होईल? आपण तर तरुण आहोत. या वयातसुद्धा तरुण पिढीच्या बरोबरीनं काम करतोय. चौतीस वर्ष शिक्षिका म्हणून काम करते आहे, आता उपप्राचार्या आहे. शिवाय कॉलेजमध्ये काम करतेय, भोवताली तरुण पिढी आहे, म्हणून आपण पण कायम तरुणच आहोत, हीच भावना मनात असल्यानं एकवेळ चष्मा लावून काम करेन, त्यानं काही फरक पडत नाही, पण मोतीबिंदू? छे! पण निसर्ग आपलं वय आपल्याला

दाखवत असतो, हेच खरं. म्हणतो,

''आता तू काही लहान नाहीस की तरुण नाहीस. इतकी वर्षं सगळ्या देहानं आपल्याला साथ दिली, एक दिवस तरी या देहाचे तू आभार मानलेस का? आता तुला समजंल एक-एक अवयव किती महत्त्वाचा आहे ते.'' खरं आहे, तुम्ही पण या गोष्टीशी सहमत असाल.

पुढं मार्च २०२० ला तो कोरोना अवतरला आणि अचानक लॉकडाउन लागला. मग काय सगळं काम ठप्प झालं आणि सर्वत्र काय-काय झालं हे आपल्याला माहिती आहे. सगळी कामं ऑनलाइन सुरू झाली. जानेवारी २०२१ ला ऑनलाइन आणि ऑफलाइन असं दोन्ही बाजूंनी हळूहळू जनजीवन सुरू झालं. अचानक डावा डोळा दुखायला लागला. सतत मोबाइलवर ऑनलाइन काम केल्यानं होत आहे, असं वाटत होतं; पण नंतर चक्कर येऊ लागली. वाचतानाही त्रास होऊ लागला, म्हणून मग डॉ. मानसी यांच्याकडं गेले. डाव्या डोळ्याचा मोतीबिंदू वाढला आहे, तो लवकर काढा म्हणाल्या. आता इलाज नव्हता, सर्व तपासण्या केल्या आणि आठ दिवसांत ऑपरेशन करायचं ठरलं. त्याचवेळी डोळ्यात लेन्स टाकू असंही ठरलं. ऑपरेशन किरकोळ असतं. चार तासांनी घरी सोडतात; पण नंतर काळजी घ्यावी लागेल असं त्यांनी सांगितलं. त्यामुळं ८-१० दिवस तरी रजा घेतली पाहिजे, असं ठरवून कॉलेजमध्ये अर्ज दिला. प्राचार्या सविता दातार यांनी लगेच रजा मंजूर केली. ऑपरेशन झालं, लेन्स बसवली. डाव्या डोळ्याचा लांबचा नंबर गेला. घरी असताना सहज एक-एक डोळा बंद करून एक-एक वस्तू पाहात बसायचे आणि डाव्या डोळ्यात लेन्स असल्यानं फारच विलक्षण, सुंदर दिसतंय असा प्रत्यय आला. आता माझ्या डोळ्यात कॅमेरा बसवलाय, की काय इतका आनंद झाला. सगळे रंग अगदी मोहक, पांढरा रंग तर शुभ्र निळसर, पानं-फुलं काहीतरी वेगळी चमकदार दिसत आहेत; पण उजवा डोळा मात्र नेहमीप्रमाणं सगळं दाखवत आहे, जर डावा डोळा बंद करून पाहिलं तर, मला इतका विलक्षण अनुभव आला. मी हे डॉ. मानसी यांना सांगितलं, तेव्हा त्या म्हणाल्या,

''हो, सगळे पेशंट हा अनुभव सांगतात, लेन्समुळं हा फरक पडतो; पण मला अनुभव नाही.'' हो ना त्या तरुण असल्यानं लेन्सचा अनुभव कसा येईल, जोपर्यंत बसवत नाही डोळ्यात. खरोखर जणू एक डोळा खूप नवीन, नवजात बालकाची दृष्टी घेऊन आलाय. सगळा निसर्ग, वस्तू, वास्तू, पानं, फुलं, फळं, त्यांचे विविध रंग, खूप मोहक दिसतात, अगदी सुरेख. घरातल्या जुन्या वस्तू पण नवीन आहेत की काय असं वाटावं इतका फरक पडला एका लेन्समुळं. खरोखर ज्यांनी अशा लेन्स दोन्ही डोळ्यात बसवून घेतल्या आहेत, अशा लोकांनी विशेष म्हणजे ज्येष्ठांनी हा अनुभव घेतला असेल. वय कितीही असो, आता आपली दृष्टी बालकाची आहे, खरे-खरे विविध रंग आपण पाहू शकतो.

आपली नजर आता कमजोर, मलूल नाही. धुरकट नाही, अंधूक नाही. सगळं जग, हा निसर्ग जणू नवीन, रंगभरीत, रसभरीत झाला आहे, असं समजून त्याचा आनंद घ्यावा. आता आपल्याला दिव्यदृष्टी मिळाली आहे. खूप काही त्या नैसर्गिक रंगाची मुक्त उधळण या डोळ्यांनी पाहावी. मनात, हृदयात ती साठवून ठेवली, तर आपलं आयुष्य पण खूप छान जगता येईल. हो पण, दृष्टीबरोबर आपण मनानं पण लहान बालक व्हावं, तरच ज्येष्ठपण, म्हातारपण आनंदात जाईल आणि निरामय आयुष्य जगता येईल यात शंका नाही.

७ मे २०२२

●●●

मी एकटा

आनंद निगुडकर आमचे फॅमिली डॉक्टर. गेल्या तीस-पस्तीस वर्षांची आमची ओळख आहे. डॉक्टर अतिशय साधे, अगदी वेळेत येऊन दवाखाना उघडणार, अगदी जुन्या वळणाचे. सदाशिव पेठेत हे डॉक्टर माहीत नाहीत, असं शक्यच नाही. सलग २-३ पिढ्यांचे हे फॅमिली डॉक्टर. अनेक वर्षं दवाखान्यात सायकलवर येणारे, इतके साधे डॉक्टर क्वचितच पाहायला मिळतील. दवाखाना पण अगदी साधा, एका वाड्यात. मी एसपी कॉलेजमध्ये शिक्षिका म्हणून नोकरीला लागले, तेव्हा आमची सर्व नवनियुक्त शिक्षकांची वैद्यकीय तपासणी करण्यात आली ती डॉक्टर निगुडकर यांच्याकडून. ते रुग्णांचे सर्व रेकॉर्ड्स इतके बिनचूक लिहून ठेवतात, की कधीही मागितले तर देतील. इतके जुने रेकॉर्ड्स असतात त्यांच्याकडं आणि रुग्णाच्या आजाराचं निदानही अगदी पक्कं असतं. विनाकारण कोणत्याही तपासण्या करायला सांगत नाहीत.

आमच्या एस.पी. कॉलेजच्या मुलांच्या वसतिगृहाचे ते डॉक्टर आहेत. त्यामुळं कॉलेजमध्ये मुलांची तपासणी करायला पण ते नियमित येतात. त्यामुळंच ते एस.पी. मधल्या सर्व शिक्षक, प्राध्यापक, प्राचार्य या सर्वांच्या ओळखीचे झाले आहेत. अनेक प्राचार्य, रेक्टर यांना, त्यांनी अगदी जवळून पाहिलंय, अनुभवलंय.

मी २०१६ साली उपप्राचार्या म्हणून नियुक्त झाले. एके दिवशी मी त्यांच्याकडं गेले होते. सर्दीनं अगदी पछाडलं होतं. त्यांनी तपासलं आणि औषध लिहून दिलं. कॉलेज कसं काय सुरू आहे, हे बोलता-बोलता ते जुन्या आठवणी सांगू लागले. खरं तर मी त्यांच्याकडं गेले, तर कॉलेजबद्दल आम्ही काही ना काही बोलत असतोच. यावेळेस मात्र ते मला एक वाक्य म्हणाले,

''तुम्ही प्रशासनात आलात म्हणजे एक लक्षात ठेवा, तोंडात साखर आणि डोक्यावर बर्फ ठेवून काम करा, तरच ताण सहन करू शकाल. बीपी वाढणार नाही. हल्ली एकूणच सर्वत्र परिस्थिती बदलत आहे, अगदी आमच्या मेडिकल क्षेत्रातसुद्धा.'' त्यांनी हा मंत्र मला दिला तो डॉक्टर या नात्यानं. तो मंत्र मी कायम डोक्यात ठेवून पुढं वाटचाल केली.

३१ मे रोजी मी सेवानिवृत्त झाले. मार्च-एप्रिलच्या सुमारास कोरोनाच्या दुसऱ्या लाटेत ओळखीचे, जवळचे, स्नेही दुर्दैवानं कालवश झाले. उदा. कै. किवळकर सर पती-पत्नी, डॉक्टर गोडबोले यांच्या कुटुंबातल्या तीन ज्येष्ठ व्यक्ती, तसंच आमचे समाजशास्त्र शिकवणारे कै. मा. शं. सोमण सर, ऑफिसमधल्या लिपिक स्मिता जोशी आणि डॉक्टर निगुडकर यांच्या पत्नी. दुर्दैव असं की आम्ही त्यांचं अंत्यदर्शनसुद्धा घेऊ शकलो नाही, की त्यांच्या कुटुंबीयांच्या सांत्वनासाठी जाऊ शकलो नाही, याची खंत नेहमीच मनात राहील. अगदी नात्यात असलेलेसुद्धा आजारी असले, तरी भेटता येत नव्हतं. आपण आणि कुटुंब सुरक्षित कसं राहील हीच ज्याची त्याची धडपड. बातम्या पाहू नयेत, ऐकू नयेत अशीच मानसिकता झाली होती. माणुसकी दाखवणारे आणि माणुसकीला काळीमा फासणारेही लोक या लाटेत पाहायला मिळाले. यापेक्षा अधिक बोलूच नये.

२७ जुलै २०२१ रोजी मी डॉक्टर निगुडकर यांच्याकडं गेले होते. सलग पाच वर्षं उपप्राचार्या म्हणून काम केलं. आता मी एकदम मोकळी झाले होते, पण कामाचा ताण आता बाहेर पडत होता. गुडघा दुखत होता, उजवा हात दुखत होता. मी आत गेले. त्यांनी औषध लिहून दिलं आणि मला म्हणाले,

''उजव्या हातानं खूप काम केलंय; शिवाय बैठं काम, त्यामुळं हा त्रास होत आहे. पाच दिवसांनी कळवा, बरं वाटलं किंवा नाही वाटलं तरी.''

मी म्हणाले, ''हो नक्की कळवते. डॉक्टर, मी आता कॉलेजमधून सेवानिवृत्त झाले. पण आम्ही बायका घरकामातून काही निवृत्त होत नाही. किती वर्षं घरकाम करणार? कंटाळा आला आता.'' आमचे जवळचे स्नेहसंबंध असल्यामुळं मी सहज बोलून गेले. डॉक्टर म्हणाले,

''अहो घरात कामं करावीच लागतात. माझी मिसेस गेली तुम्हाला समजलं असेलच. गेली १५ वर्षं तिला डायबेटिस होता. सहज चालत गेली हॉस्पिटलमध्ये दाखवायला. ती दोन दिवसात गेलीच. मल्टीपल ऑर्गन फेल्युअरमुळं.''

मी हा विषय बोलायचा मनामध्ये प्रयत्न करत होते, पण काय बोलावं ते सुचेना. तेच मन मोकळं करत होते. रुग्णावर उपचार करणारे, धीर देणारे, कोणापाशी मन मोकळं करणार? तेही माणूसच आहेत, जरी डॉक्टर आपल्याला देवदूत वाटत असले तरी. त्यांनाही भावना आहेत, संसार, मुलं-बाळं असतात.

ते म्हणाले,

''खरं तर मी आधी जायला पाहिजे, तीच आधी गेली. दोन्ही मुली अमेरिकेत असल्यानं येऊ शकल्या नाहीत. इथं भारतात कोरोनाची लागण व्हायची भीती.''

''आता घरी कोण असतं? तुमचं जेवण, घरातली कामं कोण करतं?'' न राहवून मी विचारलं.

''आता मी एकटा असतो. सकाळी आंघोळ झाली की मी चहा करतो, देवपूजा करतो. आधी मिसेस करायची हे सगळं, आता मी करतो. जेवणाचा डबा येतो घरी दोन वेळा.''

मला काय बोलावं सुचेना. जड मनानं मी बाहेर पडले. पण मन अस्वस्थ. काय होत असेल असं अचानक कोणी सोडून गेलं तर? पती, पत्नी किंवा अगदी तरुण मुलगा. काय संकट कोसळत असेल अशा घरात? आपण एखादी बातमी ऐकतो, वाचतो, हळहळ व्यक्त करतो. या पलीकडं काही नाही.

स्त्रिया जात्याच खंबीर असतात. नवरा गेला तरी मागं कुटुंब सांभाळतात; पण पुरुष मात्र बायकोच्या जाण्यानं हतबल होतात, इतके ते बायकोवर अवलंबून असतात. ते बायकोचं नसणं लवकर स्वीकारत नाहीत. घराला आधार पुरुष देतो, तर स्त्री घरपण देते हेच खरं. अशा दुर्दैवी पतीच्या मनातली भावना शब्दबद्ध करण्याचा मी प्रयत्न केला तो एका कवितेमधून आणि तेव्हा कुठं माझं मन शांत झालं. डॉक्टरांसारख्या अनेक लोकांना असं एकटं राहावं लागत असेल.

आता यांचं मन तयार झालंही असेल. स्वीकारलंही असंल एकटेपण त्यांनी कदाचित. त्यांचं मन म्हणत असंल एकट्यानं जगता आलं पाहिजे.

एक वर्ष पूर्ण झालं. आता डॉक्टर घर आणि क्लिनिक दोन्ही सांभाळत आहेत. नुकतीच त्यांची भेट झाली, तेव्हा ते म्हणाले,

''मुलींनी सांगितलं आहे शनिवार-रविवार दोन दिवस सुट्टी घ्या आता. क्लिनिकची वेळ पण आता मी कमी केली आहे. फक्त ओळखीचे पेशंट घेतो आता, माझ्या दोन मुली अमेरिकेत आहेत, तिकडं जातोय तीन महिन्यांसाठी.''

ऐकून खरंच बरं वाटलं. खरं आहे, म्हणतात ना काळ हेच औषध आहे. काळ पुढं-पुढं जातो, तसंच आपण पुढं-पुढं जातो. गत आठवणी आता मागं-मागं पडतात. दुःखाची तीव्रता कमी होत जाते; पण साथीदार गमावल्याची सल राहातेच ना अंतरात खोल खोल.

●●●

एकट्याने जगता आले पाहिजे !

तुला साथ देईन, तुला मदत करीन
तुझी सावली मी, माझी सावली तू
तू माझी काठी, मी तुला आधार
तुझे अश्रू, माझा प्रेमाचा हात!
माझे दुखणे-खुपणे झालेच तर
तुझा काढा आणि बाम!
सकाळचा चहा मी देणार,
रात्रीचा गरमागरम भात तू वाढणार!
असेच आपले ठरले होते ना,
त्या संध्याकाळी!
अंगणातले पक्षी उडून जावेत
उंच भरारी घेऊन, तशीच आपली पिल्ले गेली
दूरदेशी! पुन्हा कधीही परत न येण्यासाठी!
मी मोठा म्हणजे मी आधी जाणार हे मनात पक्के असताना,
तू चालत गेलीस सहज इलाजासाठी,
पण दोन दिवसात येणार म्हणून घरी परत आलीच नाहीस,
तुझ्या त्या लाडक्या देवाला प्रिय झालीस!
आता सगळेच अचानक बदलले एका रात्रीत!
सकाळचा चहा आणि रात्रीचा भात मीच करतो,
माझी काठीच मीच झालो आणि माझा आधार पण मीच झालोय!
माझे अश्रू, माझाच हात,
माझे दुखणे, माझाच बाम!
देवपूजा तू करत होतीस,
म्हणून त्या देवाने तुला बोलावले,
आता त्या देवालाही माझी सवय लागली पाहिजे,
आणि मला एकट्याने जगता आले पाहिजे!

१७ मे २०२२

काळी चारचा 'सा'

वर्ष २००४, मार्च महिना होता. माझ्या कॉलेजमध्ये परीक्षा सुरू होत्या. शनिवार असावा त्या दिवशी. सकाळचा पेपर झाला आणि मी घरी आले. विचार केला, बरेच दिवस झाले, मला हेयरकट करायला पण वेळ मिळत नाहीये, तर आपण आज दुपारी नक्की जाऊ या. माझ्या घराजवळच एक ब्युटीपार्लर होतं, तिथं दुपारी चारच्या सुमारास गेले. नेहमीप्रमाणं हसतमुखानं रजनी समोर आली आणि म्हणाली,

''काय मॅडम, खूप दिवस झाले, तुम्ही आल्या नाहीत. आज काय काय करायचं आहे?'' मी सांगितलं,

''हेयरकट फक्त. अगं केस खूप वाढलेत, खाली गोल गोल वळतात आणि आता उन्हाळा सुरू झालाय, छोटे केस बरे पडतात.''

''बरं, आयब्रोज पण करू. दोन्ही एकाच वेळी करून घ्या, फेशियल पण करा, तुम्हाला पुन्हा यायला नको. आज थोडी गर्दी आहे. थोडं थांबा.'' रजनी असली की ती म्हणेल, ते मी करून घेते. चांगली मैत्रीण आहे. सगळं छान करून देते.

''बरं तू म्हणतेस तर करू या. नाहीतरी सारखं यायला वेळ कुठं असतो?'' त्यात आम्ही नोकरी करणाऱ्या बायका. कधीतरी शनिवारी-रविवारी वेळ काढतो आणि जातो पार्लरमध्ये.

मी बाहेर असलेल्या रूममध्ये बसले. टेबलावर दोन-तीन मासिकं पडली होती, ती चाळत बसले. आता आपला नंबर लागेल तोपर्यंत वाट पाहावी लागणार, असा विचार केला. जवळच एका खुर्चीत एक तरुण मुलगी बसली होती. बहुदा तिलाही माझ्यासारखं थांबावं लागलं असावं. १०-१५ मिनिटं झाली असावीत. आता कंटाळा आला, लवकर

नंबर लागला तर बरं, नाहीतर घरी जायला उशीर होईल. मग गौरव घरी वाट बघत बसेल. म्हणून पुन्हा आत डोकावलं. रजनी म्हणाली,

''१० मिनिटं थांबा, तुमचा नंबर आहे आता.'' मी पुन्हा बाहेर खुर्चीत येऊन बसले. शेजारच्या खुर्चीत बसलेल्या मुलीला विचारलं,

''तू नेहमी येतेस का इथं?'' ती म्हणाली,

''नाही. एक-दोन वेळा आले होते. आज फेशियल करून बघते. तुम्ही येता का नेहमी?''

''अगं मी येते वेळ मिळाला तर दोन-तीन महिन्यातून एकदा, खूप छान आहे हे पार्लर, सगळं छान करतात. सर्व्हिस पण खूप छान देतात. इथं या मुली, रजनी, हेमा माझ्या मैत्रिणी झाल्या आहेत, तरी मी रजनीकडून फेशियल करून घेते. तिच्या हाताची सवय झालीये ना. बरं, तुझं नाव काय गं? आणि कुठं राहतेस?'' मुळातच बोलका स्वभाव आणि शिक्षिका असल्यानं मी तिला सहज विचारलं.

''मी हर्षदा कारेकर, इथं जोग क्लासजवळ राहते'', ती म्हणाली.

''अगं, जोग क्लासजवळ माझे सर राहातात, विजय कारेकर सर. त्यांची तू कोण? तिथं माझा मुलगा पण जायचा पाळणाघरात.''

''मी त्यांची सून आहे'', ती म्हणाली.

''हो का. अगं ते माझे सर. मी आणि सर दोघंही एस.पी.मध्ये शिकवतो. अशी आमची ओळख आहे. छान वाटलं तुला भेटून. तू काय करतेस, जॉब वगैरे?''

''नाही, मी गाणं शिकतेय आणि पेटीचा क्लास घेते.''

''हो का, किती छान. मला शिकवशील का? मी इथं गल्लीमध्ये व्यंकटेश निवासमध्ये राहाते. तुझा फोन नंबर दे.'' तशी ती पटकन् म्हणाली,

''हो, या ना. मी शिकवेन. हा नंबर घ्या. तुमचं नाव काय काकू?''

मी माझं नाव, पत्ता तिला दिला आणि तुला फोन करते असं सांगितलं. आमच्या गप्पा सुरू होत्या, तेवढा वेळ छान गेला. रजनी आली आणि तिनं मला आत बोलवलं.

''मी कॉल करते, बाय'', असं म्हणत तिचा निरोप घेतला.

हेयरकट, फेशियल वगैरे करून चकाचक होऊन बाहेर पडले. एक वेगळाच आनंद घेऊन, कारण मला एक छान नवीन कला शिकायला मिळणार होती. आज एका मुलीची भेट झाली होती म्हणूनच.

घरी आले. गौरव आणि त्याच्या बाबांना सांगितलं,

''मी हार्मोनियम, म्हणजे पेटी शिकायला जाणार आहे. कारेकर सरांची सून घेणार आहे क्लास.'' बाबा आणि गौरव दोघंही म्हणाले,

''जा तू शिकायला, तुला आवड आहे तर.'' कॉलेज, घर दोन्ही सांभाळून एक नवीन उपक्रम हाती घ्यायचं ठरवलं, अर्थात घरातून मला पाठिंबा मिळाला म्हणून. हर्षदाला फोन केला, तिनं सोमवारी संध्याकाळी सहा वाजता या असं सांगितलं. ठरल्याप्रमाणं मी संध्याकाळी तिच्या घरी गेले. तिच्या घरी माझे सर आणि काकू दोघं होते. त्यांना भेटून मला खूप छान वाटलं. आत एक लहान मुलगा, त्यांचा नातू खेळत होता. हर्षदा आणि आम्ही तिच्या खोलीत गेलो. समोर एक हार्मोनियम होती.

''काकू, आजपासून आपण क्लास सुरू करू या. तुम्ही वही आणली आहे का? त्यात मी नोट्स लिहून देते.''

''हो, आणली आहे'', मी म्हणले. तिनं मला स्वर, ताल, लय, आरोह, अवरोह, शुद्ध, कोमल स्वर, सप्तक, त्यांचे प्रकार इत्यादी माहिती दिली आणि प्रथम शुद्ध स्वर वाजवून दाखवला. कोणतं बोट कोणत्या स्वरासाठी वापरायचं हे दाखवलं.

''आता तुम्ही वाजवा'', असं म्हणून पेटी माझ्या हाती दिली. मी काळी चारच्या 'सा'वर बोट ठेवलं आणि सा, रे, ग, म असा पेटी वादनाचा श्रीगणेशा केला. तो दिवस होता १ एप्रिल २००२.

छान शिकवत होती ती. माझा उत्साह, आवड आणि आकलनशक्ती पाहून तिलाही उत्साह यायचा. एका महिन्यात सर्व स्वरांची ओळख, अलंकार शिकून झाले. एक एक राग, आलाप, ताना, पलटे शिकत होते. नवशिक्यांना, महिला वर्गाला साधारणपणे काळी चारमध्ये गायला किंवा पेटी वाजवायला शिकवतात. मला पेटी वाजवायला शिकवताना हर्षदा तो स्वर म्हणायला पण सांगायची, नकळत गळ्यातून तो स्वर काढणं, एखादी चीज वाजवत असताना हळूहळू गाण्याची सवय लागली. मला लहानपणापासून गाण्याची आवड होती. पण लग्नाआधी शिकता आलं नाही. निदान संगीताची ओळख झाली, याचा खूप आनंद मिळत होता. दोन दिवस मी नियमित जायचे आणि तीसुद्धा घर, संसार, मुलगा सगळं सांभाळून मला शिकवायची. माझी जिद्द, शिकायची आवड पाहून आमच्यामध्ये छान नातं तयार झालं. ती मला 'काकू' म्हणायची, मी तिची विद्यार्थिनी होते तरी आणि मी तिला अगं-तुगं, अगदी नावानं हाक मारायचे. तिचा मुलगा प्रियम शेजारी बसून ऐकायचा. एखादी चीज वाजवायला सांगायचा. ''बिजुरी चमके'' ही चीज त्याला फार आवडायची.

एक वर्ष कसं गेलं, समजलंच नाही. एक दिवस हर्षदा म्हणाली,

''काकू, संगीत अभ्यासात पहिल्या परीक्षेला जे राग असतात, तितके मी शिकवले आहेत. मी तुमची दोन दिवसांनी लेखी परीक्षा घेणार आहे, तयारी करून या.''

मी तयारी केली. पेपर कसा असेल, कोणत्या प्रकारचे प्रश्न असतील, काहीच माहीत

नव्हतं. दोन दिवसांनी मी लेखी परीक्षा दिली आणि पेपर तपासून झाला. ती म्हणाली,

"काकू, पेपर अगदी छान, बरोबर सोडवलाय, आता मी पुढचे राग शिकवते."

मलाही अजून हुरूप आला. पुढचे राग शिकवले. आरोह, अवरोह, एखादी चीज असं वाजवायला येऊ लागलं. तिनं नंतर मला दोन बालगीतं शिकवली. ती गाणी वाजवताना मस्त, छान वाटलं. नंतर तिनं मला एक हार्मोनियम विकत घ्या असं सांगितलं. मी आणि ती एका दुकानात गेलो. हार्मोनियम विकत घेतली. घरी वेळ मिळेल, तेव्हा वादन करू लागले. एके दिवशी तिच्या घरी तिचे बाबा आले होते, ते उत्तम हार्मोनियम वाजवतात. त्या दिवशी ती म्हणाली,

"आज बाबा शिकवतील तुम्हाला." त्यांनी एक आरती वाजवून दाखवली आणि त्याच चालीत दोन-तीन आरत्या शिकवल्या. ते म्हणाले, "बघा, सगळ्या आरत्या म्हणजे शब्द वेगळे आहेत, पण चाल एकच आहे. म्हणजे सगळे स्वर तेच आहेत ना, बघा. शब्दानुसार एखादा स्वर कमी-जास्त लागंल, पण चाल तीच सेम राहील." खरंच किती छान युक्ती सांगितली मला.

"जय देव जय देव श्री मंगल मूर्ती" म्हणा किंवा दुसऱ्या देवाचं नाव घ्या, त्याच चालीत. ते कितीतरी आरत्या पेटीवर वाजवत होते. मी अगदी नि:शब्द होऊन ऐकत होते. नंतर वाजवून पाहिलं आणि काहीतरी अजून शिकायला मिळालं. असंच शिकत-शिकत दोन वर्षं पूर्ण झाली. तिनं मला राग, बंदिश, याशिवाय काही बालगीतं आणि एक नाट्यगीत, एक शारदास्तवन शिकवलं.

हर्षदा नोकरी शोधत होती आणि तिला सुदैवानं एका शाळेत संगीत शिक्षिका म्हणून नोकरी लागली. एके दिवशी तिनं मला सांगितलं, "काकू, मला नोकरी मिळाली आहे. आता शाळा आणि घर दोन्ही गोष्टी सांभाळून मला क्लाससाठी वेळ देता येणार नाही, तर आता आपण थांबू. कधी वाटलं तर या अधूनमधून शिकवेन मी."

दोन वर्ष मी शिकत होते. मलाही यापुढं क्लास नाही होणार, म्हणून वाईट वाटलं. पण निदान तेवढं तरी शिकता आलं याचा आनंद, समाधान मिळालं. आमची छान मैत्री झाली ती कायमची. माझे सर, काकू पण भेटायच्या त्या निमित्तानं. क्लासमधला तो शेवटचा दिवस, मी जड मनानं सर्वांचा निरोप आणि आशीर्वाद घेतला आणि घरी आले. मला नेहमी तिची आठवण यायची. आमच्या मधे एक छान मैत्रीचं नातं निर्माण झालं होतं. मी मोठी असल्यानं ती मला 'काकू' म्हणायची आणि मी तिला नावानं हाक मारायची. इथं गुरू वयानं लहान असला, तरी संगीताचा अनुभव मोठा होता. मी वयानं मोठी पण अगदी नवशिकी होते. संपूर्ण कारेकर कुटुंबाशी एक घरगुती नातं होतं, ते कायम राहिलं. क्लास बंद झाला याचं वाईट वाटायचं, चुकल्या-चुकल्या सारखं वाटत होतं.

आता नवीन क्लास सुरू करावा म्हणून शोध सुरू केला. असंच पाच-सहा महिने गेले. घराजवळ धाकटी जाऊ स्नेहा राहात होती. तिला विचारलं, 'इथं जवळ संगीत क्लास आहे का गं? कारण जवळपास पेटी-तबल्याचा आवाज येतो कधीतरी.'

तिनं समोर क्लास घेतात असं सांगितलं. बघू जाऊ या, असं मनाशी ठरवलं. मी तिच्या घरासमोर एके दिवशी पेटी-तबल्याचा आवाज ऐकला तशी लगेच त्या दिशेनं मोर्चा वळवला. तीन जिने चढून वर गेले, समोर एका फ्लॅटमध्ये कोणीतरी एक जण तबला वाजवत होते, एक जण पेटी वाजवत होते आणि दोन तरुण मुलं समोर बसली होती.

मी बाहेर उभी राहून त्यांना विचारलं,

''सर आत येऊ का?'' त्यांनी आत बोलवलं. मी माझी ओळख करून दिली आणि विचारलं,

"मला पेटी शिकायची आहे, इथं क्लास घेतं का कोणी?'' त्यावर ते म्हणाले,

''नाही हो, इथं तबल्याचा क्लास आहे, पण दुसरं कोणी असेल तर मी सांगतो तुम्हाला.'' त्यांना माझा फोन नंबर दिला. पण मी जरा नाराज होऊनच खाली आले. कारण तीन जिने चढून वर गेले आणि हाती काहीच लागलं नाही.

पुन्हा त्या बाजूनं एके दिवशी भाजी आणायला जात होते, संध्याकाळ झाली होती. मी सहज म्हणून जावेकडं गेले आणि तिला सांगितलं,

''मी समोर जाऊन आले, तिथं तबला शिकवतात, पेटी नाही शिकवत.'' तशी ती म्हणाली,

''अहो, कांचनताई समोर म्हणजे, खाली समोरच्या फ्लॅटमध्ये फडके काकू राहातात, त्या शिकवतात.''

''अरेच्चा. मी समोरच्या बिल्डिंगमध्ये गेले. क्लास तर इथं समोरच्या घरात आहे. आलेच जाऊन'', असं म्हणून मी समोरच्या घरात खाली उतरून गेले. जाळीचं दार लावलेलं होतं. बेल वाजवली, एक बाई हसतमुखानं समोर आल्या, त्यांनी दार उघडून विचारलं,

''कोण हवंय?''

मी माझं प्रयोजन सांगितलं, माझी ओळख करून दिली. त्यांनी आत बोलवलं. बसा म्हणाल्या. समोर चार-पाच तरुण मुली बसल्या होत्या. बहुतेक त्यांच्या विद्यार्थिनी असाव्यात. त्या बाई म्हणाल्या, ''मी वैशाली फडके, मी गाण्याचे क्लास घेते. पेटी पण शिकवते. या तुम्ही, आपण वार ठरवू. या मुलींचा आता गाण्याचा क्लास आहे, त्यानंतर तुम्हाला पेटी वाजवायला शिकवेन. तुम्ही परवा याल का?''

''हो काकू, येईन मी'', असं म्हणून मी त्यांचा निरोप घेतला. जावेकडं गेले आणि तिला सांगितलं.

''मला नवीन क्लास मिळाला, मी येणार आता पेटी शिकायला. थँक्यू! तुझ्यामुळं मला क्लास सापडला. इतक्या जवळ असूनही मला आत्ता शोध लागला. असो.'' शोध संपला याचा आनंद आणि पेटी वाजवायला शिकता येईल याचा अगदी परमानंद झाला. घरी गेले आणि घरी बातमी दिली. घराजवळ एक क्लास मिळाला, आता पुन्हा एकदा पेटी वाजवायला मी सुरुवात करणार. मिस्टर म्हणाले, ''जा पुन्हा शिकायला, तुला आवड आहे तर.'' मधे काही महिने थोडा खंड पडला होता, पण शोध संपला होता. नशिबानं नवीन गुरू म्हणून फडके काकू मिळाल्या होत्या.

साल २००५ डिसेंबर महिना. काकूंनी सांगितल्याप्रमाणं संध्याकाळी सहा ते सात अशी वेळ आठवड्यातून दोन दिवस मिळाली. पहिल्या दिवशी दहा मिनिटं मी आधीच गेले. गाण्याचा क्लास सुरू होता. तिथं जाऊन अगदी अलगद पावलांनी एका खुर्चीत बसले. काकू काय, कसं शिकवतात हे ऐकू लागले. सहा वाजल्यानंतर माझा क्लास, मी एकटीच होते.

काकूंना मी काय-काय शिकले आहे ते सांगितलं. माझ्या वह्या दाखवल्या. काकू म्हणाल्या, ''तुम्हाला कोणत्या प्रकारची गाणी शिकायची आहेत, ती शिकवते. आता तुम्हाला स्वर, राग यांची माहिती आहेच.'' मी त्यांना एक राग घेऊन त्यातली चीज वाजवून दाखवली.

''काकू, मला मराठी गाणी शिकवा. मला जुनी गाणी फार आवडतात.'' त्यांना माझी आवड, आवाका लक्षात आला असावा. त्यांनी एक गाणं वाजवून दाखवलं, पण त्या गाण्याची पट्टी वरची होती. मी काळी चारमध्ये वाजवायला शिकले होते. मी तसं त्यांना सांगितलं. त्या म्हणाल्या, ''काही हरकत नाही, जी पट्टी जमते त्यात वाजवा.'' आज दोन ओळी वाजवा. मी एक-एक शब्द वाजवू लागले. त्या स्वर सांगत, ते मी लिहून घेतले. पुन्हा-पुन्हा वाजवून घेतले. एक तास कसा गेला समजलंच नाही. काकूंचं एक विशेष म्हणजे त्या डाव्या हातानं कोणत्याही पट्टीत पेटी वाजवतात आणि उत्तम सुरेल गातात हे माझ्या लक्षात आलं. मी मात्र नवशिकी काळी चारमध्ये पेटी वाजवत होते. हळूहळू गाणं वाजवायला शिकत होते. त्याही मला माझ्या कलाकलानं शिकवत होत्या.

एक महिना झाला, आता मला गाणं पण शिकावं असं वाटू लागलं. म्हणून एकाच दिवशी आधी गाणं आणि नंतर पेटी वादन करू असं ठरवलं. तसं काकूंना विचारलं. त्या म्हणाल्या,

''या की. या मुलींची बॅच आहे तीच घ्या. नंतर पेटीवादन.'' त्या सर्व तरुण मुली होत्या. त्यात मी चाळीशीतली बाई होते. पण आम्ही मैत्रिणी झालो. आता पुन्हा सा, रे, ग, म गायन अशी स्वतंत्र कला शिकायला सुरुवात केली. खूप छान वाटलं. मोकळेपणानं गायचे, आकार, ओकार, इकार असं गायचे, शब्द, उच्चार, भाव, लय, ताल सर्व काही इतक्या सहज छान रीतीनं काकू शिकवायच्या. कोरस आणि एक-एक जण स्वतंत्र तेच-तेच कडवं गायला सांगायच्या.

कोणाला नाही जमलं तर पुन्हा-पुन्हा गायला लावायच्या. त्यामुळं आम्हाला गाणं पक्कं ध्यानात आलं, तर पुढं जाऊन पुढचं कडवं घेणार. घाई करायची नाही, थोडं शिका पण पक्कं शिका हे त्यांचं तत्त्व. कोणालाही रागवणार नाही, शांतपणे समजावून सांगत. आता गाणं आणि पेटीवादन या दोन्ही कला मी शिकू लागले. काकू खूप छान राहातात, त्यांना चांगली सौंदर्यदृष्टी आहे, तीच त्यांच्या गाण्यात पण दिसते. लेखन, गायन, वादन सगळं कलात्मक आहे. त्यांनी काढलेलं चित्र असो की रांगोळी, सगळं भारी वाटतं.

दरम्यान तरुण मुलींची लग्न ठरली. त्यांचं गाणं बंद झालं. कोणी नोकरीला लागल्या. मग आमची बायकांची एक टीम झाली. काकूंच्या क्लासचं नाव होऊ लागलं, तसं अजून दोन-तीन गट तयार झाले. काकू पुण्यात वेगवेगळ्या कार्यक्रमांना पेटी वाजवायला, गाण्याला साथ करायला जाऊ लागल्या. दरम्यान फडके काकू आणि हर्षदा यांची योगायोगानं ओळख झाली. तिनं शिकवलेलं शारदा स्तवन, आमच्या क्लासमध्ये काकूंनी सर्वांना शिकवलं. जे मी प्रथमच स्टेजवर येऊन गायले होते. सूर आणि संगीत किती सर्वव्यापी असतात, प्रसार पावतात बघा, ते कोणाच्याही मालकीचे नसतात. तेच आपण होऊन गळ्यातून येतात, आपण त्यांना बोलवलं, आर्जव केलं तर, हेच सत्य आहे.

पुढं काही वर्षं मला वेगवेगळ्या गटात सामील होऊन शिकायला जावं लागलं, त्यामुळं खूप मैत्रिणी मिळाल्या. कारण कधी वार बदल, कधी वेळ बदल, यामुळं मला जमंल त्या दिवसाची बॅच काकूंनी मला दिली. कारण माझी नोकरी आणि घरकाम या गोष्टी सांभाळून शिकायचं होतं; पण मी क्लास कधीच बंद केला नाही आणि काकूंनीसुद्धा क्लास सुरू ठेवा सांगितलं.

सन २००५ पासून नियमित गायन, वादन शिकत होते. पण दरम्यान २००९-१० या काळात माझी दोन मोठी ऑपरेशन्स झाली. त्या काळात मी अगदी झोपून होते. पण घरी गाणी ऐकायचे, टीव्हीवर असणारे कार्यक्रम पाहायचे. फडके काकू आणि मैत्रिणी भेटून गेल्या.

"बरी झाले की मी नक्की येईन" असं मी त्यांना सांगायचे. पूर्ण बरी झाले, कॉलेजमध्ये पुन्हा जाऊ लागले, पुन्हा गायला सुरुवात केली. हात दुखत होता म्हणून पेटी-वादन जमेना. २०१४ नंतर पेटीवादन बंद झालं ते कायमचं. अधूनमधून कधीतरी घरी गाणी वाजवून सराव सुरू ठेवला. काकू पण खूप व्यस्त होत्या, त्यामुळं त्यांना पण वेळ नव्हता. आमची तीस-एक गाणी वाजवून वहीत नोटेशन लिहून झाली होती. तो एक मोठा ठेवा माझ्याकडं आहे.

क्लासचा विस्तार झाला, पन्नास-साठ विद्यार्थिनी शिकायला येतात. आता माझ्या काकूंना सगळ्या जणी वैशालीताई किंवा बाई म्हणतात. त्यामुळं मी पण त्यांना आता क्लासमध्ये "अहो बाई" म्हणते आणि त्या पण आता सर्व विद्यार्थिनींना "अग ए" म्हणतात. अहो-जाहो असं संबोधन करून औपचारिक वागत नाहीत.

वैशालीताईंनी दर वर्षात एक-दोन कार्यक्रम, संगीत-सभा घेऊ असं ठरवलं. तबला-पेटी साथीनं आमची प्रगती इतकी झाली, की धीटपणे आम्ही बायका, मुली स्टेजवर येऊन गाऊ लागलो. वयोगट अगदी तरुण ते प्रौढ वयस्कर बायका. सा रे ग मसुद्धा गाता येत नव्हतं. त्यांच्यासहीत सर्व मैत्रिणी मोकळेपणानं, धीटपणे गाणं सादर करताना पाहून आमच्या घरचे नातलग, बाहेरचे लोक आवर्जून कार्यक्रम पाहायला येतात आणि कौतुक करतात, तेव्हा आमच्या वैशालीताई पण खूप खूश होतात. आज गेल्या १७-१८ वर्षांत पाहिलं तर नवी-जुनी मराठी-हिंदी गाणी शिकायला मिळाली. क्लासचा मोठा विस्तार झाला. काकूंच्या क्लासचं "सूरसंवाद" हे नाव पुण्यात प्रसिद्ध झालं. वैशालीताईंनी केलेल्या 'गानमैत्र' नावाच्या गटात मी आणि सर्व मैत्रिणी मिळून पंधरा-सोळा जणी आहोत. सूरसंवाद क्लासमध्ये असे एकूण चार-पाच गट आहेत.

कार्यक्रम असताना सर्वजणी आधी एकत्र सराव करतो. महिनाभर अगदी जोरदार तयारी करून एखादा हॉल घेऊन भरगच्च १५ ते २० गाणी आणि शेवटी वैशालीताईंचं गाणं ऐकणं म्हणजे मोठी पर्वणी. तबला साथीला श्री. नारवेलकर काका असायचे. आता अवधूत धायगुडे, हा हरहुन्नरी कलाकार तबला साथीला असतो. इतर वाद्यंसुद्धा साथीला असतात, जी आमच्या क्लासमधल्या विद्यार्थिनीच वाजवत असतात. या सर्वांत एक विशेष म्हणजे ताईंचे यजमान फडके काका एक अतिशय कार्यक्षम व्यक्ती आणि त्यांची मुलगी शीतल, जावई केदार हे दोघंही उत्तम गायक आहेत. यांच्या साथीमुळंच आमचा क्लास इतकी वर्षं सुरू आहे, बहरतो आहे. याचं श्रेय संपूर्ण फडके कुटुंबियांना आहे. आम्ही त्यांच्या कुटुंबातले आहोत, अशीच त्यांच्या घरी आम्हाला वागणूक मिळते. कधीही औपचारिकपणा नसतो. मुलीच्या साथीनं ताईंनी क्लास सुरू केला. तिचं आणि फडके काकांचं पाठबळ आहे, असं ताई नेहमी म्हणतात. या सर्वांचं

आमच्यावर कायमचे ऋण आहेत, त्यांचे खूप खूप आभार.

आमचं दरवर्षी गुरुपौर्णिमा, हळदी-कुंकू असेही कार्यक्रम होतात. साड्या, सणवार, खाद्यपदार्थ, पाककृती यावर पण चर्चा होतात. आता व्हॉट्सॲप गट असल्यानं बरंच काही शिकतोय, शेअर करतोय. रांगोळी, लेखन, कविता, विनोद बरंच काही. पण गाणं शिका, अवांतर गोष्टी बोलू नका असं नाही. पण ताई वेळ देतात, मेहनत घेतात, तशी आपण घेतली पाहिजे. आम्ही सगळ्या हौशी कलाकार आहोत, कोणीही व्यावसायिक गायिका नाहीत. पण जो वेळ आणि पैसा खर्च करतो, त्याचा उपयोग करून गाण्यात प्रगती केली पाहिजे, तशी ताईंना दिसली तरच त्यांनाही शिक्षिका, गुरू या नात्यानं आपण गुरुदक्षिणा दिली, असं मला वाटतं. वैशालीताईसुद्धा या गोष्टीला सहमत होतील.

वैशालीताई उत्तम शिक्षिका आहेत. त्या म्हणतात, ''आधी गाण्याचं, सुरांचं श्रवण करा. नंतर मनन, चिंतन करून ते हळूहळू गायचं. आधी ऐकण्याचा कान तयार झाला की सूर तयार होतात, नेमके गाता येतात. मी जसं म्हणून दाखवते, तसं गायचा प्रयत्न करा. नंतर हळूहळू आत्मविश्वास येईल. गाण्याचा नियमित सराव केला, तरच उत्तम सादरीकरण करता येईल.''

शब्दोच्चार, मिंड, हरकती यांचं उत्तम प्रात्यक्षिक ताई करून दाखवतात. नंतर आम्ही तसंच गायचा प्रयत्न करतो.

ताई अधूनमधून हेच सुचवत असतात. मोठ्या गायकांनी जे काम करून ठेवलं आहे ते आत्मसात करा, निदान त्या सुरांच्या जवळ जायचा प्रयत्न करा. आपण थोर गायक होऊ शकत नाही; पण सतत शिकत राहा. आता मला सगळं येतं असं कधीच म्हणू नका. कोणतीही कला कधीच पूर्ण शिकून होत नाही. आता शिकायचं काही राहिलं नाही हे म्हणणं चुकीचं आहे, नाहीतर आपली प्रगती होणारच नाही, हेच त्या आम्हाला सांगत असतात. गुरुसमोर आपली पाटी कोरी पाहिजे. ''अहं'' बाजूला ठेवा, तरच शिकता येईल हे माझं मत आहे.

वैशाली आणि त्यांचे कुटुंबीय आता दुसरीकडं राहायला गेलेत, तरी आम्ही तिथं जातो. लॉकडाउनमध्ये गाण्यात थोडा खंड पडला, नंतर ऑनलाइन क्लास सुरू झाला. सगळ्या मैत्रिणी नवीन तंत्राचा वापर करायला शिकल्या.

सेवानिवृत्तीनिमित्त माझ्या लेखांचं संकलन करून एक पुस्तक मे २०२१ मध्ये मी प्रकाशित केलं. अद्यापही आगामी नवीन पुस्तकासाठी लेखन सुरू असल्यानं तत्पूर्वी हा लेख हर्षदा आणि वैशालीताई यांना पाठवला तर? असा विचार केला आणि त्या दोघींना मी माझे विचार, त्यांच्याबाबत असलेली भावना शब्दबद्ध करून आधुनिक पद्धतीनं मोबाइलमध्ये रेकॉर्ड करून पाठवली. त्यांना ही कल्पना आवडली. हर्षदा

आता शाळेत संगीत शिक्षिका आहे, खूप हरहुन्नरी आहे, तिच्याकडूनसुद्धा ''छान लेखन केलं आहे, आवडला लेख'' असा अभिप्राय आला, तर वैशालीताई यांचा ''कांचन, तुझं प्रांजळपणे केलेलं लेखन, वाचन भावलं मनाला, तुझ्या जिद्दीला सलाम'' असा निरोप (मेसेज) मिळाला.

आणखी काय हवं मला? अशी प्रतिक्रिया मिळणं हीच मोठी दाद आहे. प्रा. विजय कारेकर सर, हर्षदाचे सासरे यांना पण ते रेकॉर्डिंग ऐकता आलं. पण दुर्दैवानं काही दिवसांपूर्वी सरांचं निधन झालं. त्यापूर्वीच हा लेख त्यांना ऐकता आला. माझे विचार, माझ्या भावना त्यांच्यापाशी पोहोचल्या हे सुख आणि सर आम्हा सर्वांना सोडून गेले हे दुःख अशी संमिश्र भावना आहे. लेखन प्रकाशित केलं तर त्यांना मी वाहिलेली आदरांजली आहे असं म्हटलं तर वावगं ठरणार नाही. कारण २००० साली माझ्या एका कथेचं लेखन त्यांनी तपासून दिलं होतं, मला मार्गदर्शन केलं होतं. कळत-नकळत आपल्यामध्ये कलागुण मुळातच असले किंवा रुजले तर त्याला खतपाणी देण्याचं काम आपले शिक्षकच करतात. त्यांच्यामुळंच माझं लेखन आणि गायन पण सुरू आहे. यजमानांचं तर कायमच प्रोत्साहन आहे.

आता इतकी वर्षं झाली, मागं वळून पाहिलं तर हा 'काळी चार'चा सुरू झालेला प्रवास असाच सुरू आहे, सुरू राहील हा माझा विश्वास आहे. माझ्या दोन्ही गुरू हर्षदा आणि वैशालीताई यांना खूप खूप प्रणाम आणि आभार. त्यांना कोटी-कोटी शुभेच्छा.

१२ एप्रिल २०२२

●●●

कविता

नातं बिननावाचं

नाती रक्ताची आणि जोडलेली
पण असतात त्यामागं अपेक्षा आणि कर्तव्याची लेबलं!
पण अशी काही नाती असतात की जी
मैत्रीच्याही पलीकडची,
नसतात त्यांना
कोणतीच लेबलं!
फक्त असतात एकमेकांना
समजून घेण्याची आणि विचारांची देवाण-घेवाण करण्यासाठी!
अशा या नात्याला नाव नसतंच
असतं ते फक्त नातं!
असं नातं ज्यांना मिळतं
तेच असतात खरे भाग्यवान!

१० ऑक्टोबर २००१

घरटं

पंखांची उब दिली अन् चोचीनं चारा भरवला
आकाशात उडतानादेखील लक्ष घरट्याकडंच राहिलं
जमिनीवर काय आणि पाण्यात काय
सगळीकडं हे असंच असतं
पिल्लं उडून गेली की त्यांना माहीत असतं,
ती परतून येणार नाहीत
मग पुन्हा सुरू होतं नवीन घरटं आणि नवीन पिल्लं.
पण माणसांचं तसं नसतं
आपलं घरटं एकदाच बनतं
पण पिल्लांना ते ठाऊक नसतं.
दूर उडून गेल्यावर ती परततच नाहीत,
कारण त्यांनी त्यांचं घरटं बनवलेलं असतं!
पण आईबाबांना ठाऊक असलं तरीसुद्धा
ते वेडी माया बाळगून बसतात,
आमचं पिल्लू परत येईल या आशेवर,
जगत राहातात!

८ जानेवारी २००२

चारोळी

मनातलं सांगायला एक कविता अपुरी पडते,
तेव्हा एक चारोळी मनातलं खूप काही सांगून जाते.

भूतकाळांच्या आठवणींवर भविष्यासाठी
जगत राहिलो, पण वर्तमानासाठी
जगायचं आहे हेच विसरलो.

लोकांच्या भाऊगर्दीत असूनही जेव्हा
एकटं एकटं वाटतं, तेव्हा सोबतीला कोणीच नसतं.
पण जेव्हा अगदी एकटं राहावसं वाटतं
तेव्हा कोणीतरी मनात गर्दी करून असतं.

जेव्हा हातात हात होता तेव्हा
मृगजळामागं धावलास,
ते मृगजळ आहे हे समजलं तेव्हा
हातचं अमृत गमावून बसलास.

आपण खूप बोलत असतो तेव्हा
सांगायचं काहीच नसतं,
पण बोलत नसतो तेव्हा
खूप काही सांगायचं असतं.

११ जुलै २००८

बंद मूठ

आयुष्यातील सर्वात खडतर वाट
खरं तर मीच निवडली होती.
जीव जोखमीत घालून
चांगली वाट सापडण्याची
इच्छा बाळगली होती.
ती खडतर जीवघेणी वाट
दोन पावलं चालतानाही जीव नकोसा होत होता,
पण चालायचं तर होतं
इच्छित वाटेवर पोहोचायचं होतं.
आयुष्याच्या साथीदाराचा हात घट्ट पकडला होता,
खरं तर तोच माझा श्वास झाला होता.
वाटेत अनेक हात हातात आले
कोणी पसाभर, कोणी चिमूटभर,
कोणी ओंजळभर, आश्वासक मनोधैर्य देऊन गेलं.
वाटत होतं, ही वाट संपणारच नाही;
पण कुठंतरी आशेचा किरण दिसला,
तेव्हा साथीदाराचा हात थोडा सैल केला.
आता उजेड दिसू लागला होता,
जीवघेणा काळोख संपला होता.
ही खडतर वाट संपत आहे,
नवीन सोपी वाट यायची आहे.
या वाटेवरून जाताना भेटलेले एक-दोन हात
त्यांच्या बंद मुठीतून माझ्या मुठीत जे काही
देऊन गेले, त्याचं मूल्य होऊच शकत नाही.
बंद मूठ उघडून जे मिळालं आहे
त्याचं मूल्य कमी करणार नाही.

१ डिसेंबर २००८

वादळ

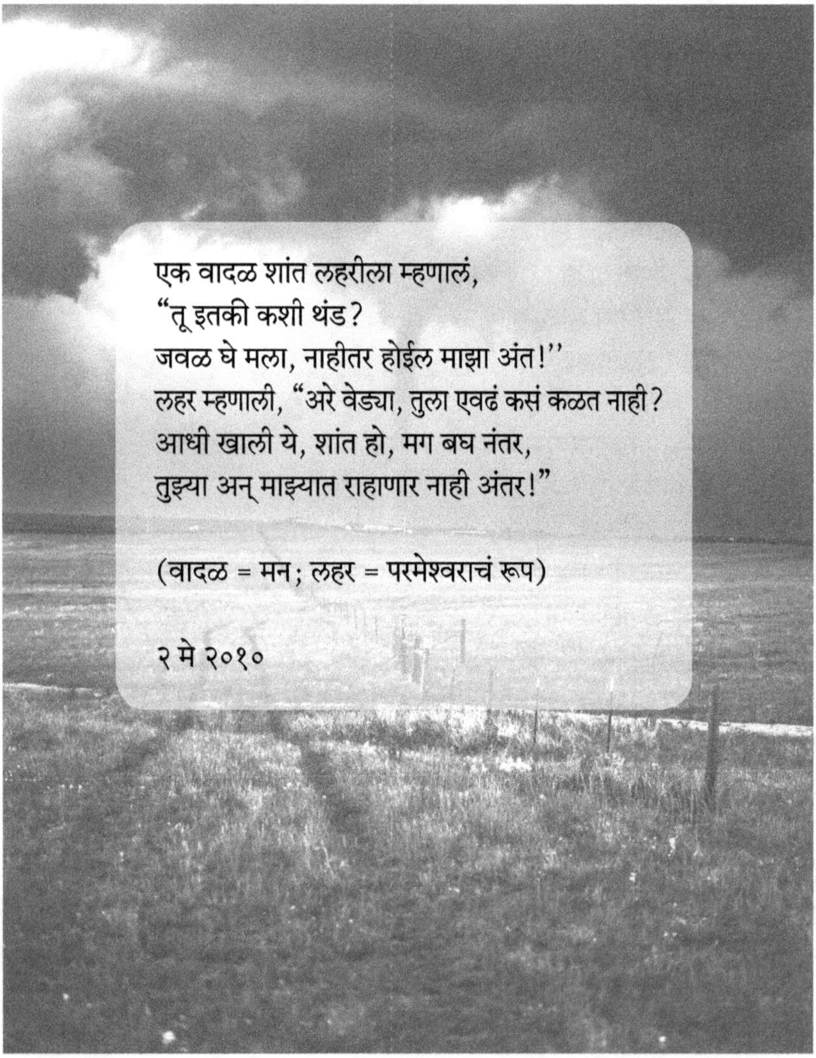

एक वादळ शांत लहरीला म्हणालं,
"तू इतकी कशी थंड?
जवळ घे मला, नाहीतर होईल माझा अंत!''
लहर म्हणाली, "अरे वेड्या, तुला एवढं कसं कळत नाही?
आधी खाली ये, शांत हो, मग बघ नंतर,
तुझ्या अन् माझ्यात राहाणार नाही अंतर!"

(वादळ = मन; लहर = परमेश्वराचं रूप)

२ मे २०१०

देणं आणि घेणं

दिल्या घेतल्यानं साचलेपण जेव्हा येतं,
दाटून येते तेव्हा नि:शब्द शांतता
अन् बोलायचं काहीच नसतं!
वाट पहायची कोसळण्याची अन्
मोकळं होऊन वाहण्याची.
पुन्हा चक्र सुरू होतं देण्याचं आणि घेण्याचं,
काय द्यायचं आणि काय घ्यायचं, हे मनात असेपर्यंत!
शिल्लक राहिला ओलावा तर
असंच चालू राहील चक्र देण्या-घेण्याचं!

१५ जून २०१०

● मैत्री

मैत्री एक टॉनिक की अजब रसायन!
मनानं मरगळलं की लोहाची ताकद देणारी
मन खचलं तर पांढऱ्या पेशीसारखं
लढायचं बळ देणारी!
वय, रंग, रूप, ज्ञान आणि पैसा
या भेदांच्या पलीकडं जाऊन
निरपेक्ष प्रेम करणारी!
हिच्यात नाही द्वेष अन् स्पर्धा
गुणदोषांना सामावून घेत आपलंसं करणारी,
एकीला खुपलं तर दुसरीच्या डोळ्यात पाणी आणणारी,
यश मिळालं तर प्रेमानं शुभेच्छा देणारी!
दमून भागून आलेली दिसली तर
आईच्या प्रेमानं खाऊ घालणारी,
आजारी पडलं तर धावत येऊन
गरम कॉफी करून देणारी!
कधी अतिशय कठोर तर कधी
अगदीच भावूक होणारी,
झालच चुकून रागावणं तर तेही
समजून घेणारी!
अशी ही मैत्री बाजारात नाही
विकत मिळत, टॉनिकसारखी
नशिबात असेल तरच मिळते
मातीतून फुटलेल्या अंकुरासारखी!

१५ ऑक्टोबर २०१०

पाऊलखुणा

खळाळत आलीस किनाऱ्यावरती एका सायंकाळी,
पावलांना अलगद स्पर्श करून निघून गेलीस,
पण नाही जाणवला खारटपणा,
जाणवला फक्त मायेचा ओलावा!
मग शोधत राहातो, मी पुन्हा पुन्हा
तुझा ओलावा, माझ्याच पाऊलखुणात.
आता परत जायचं आहे, घराकडं
त्या दूर कातळावर
पण येशील का पुन्हा परत अशीच किनाऱ्यावरती?
पुन्हा पुन्हा येईन मी, रोज नवी लाट बनून
जरी गेलास तुझ्या घरट्याकडं,
शोधीत राहीन मी पुन्हा पुन्हा
तुझ्याच पाऊलखुणा
तुझ्याच पाऊलखुणा!

११ फेब्रुवारी २०११

प्रतिभेस

तू येतेस आणि जातेस
येताना कळ्या आणि फुलंही
घेऊन येतेस.
कधी अस्वस्थ, सैरभैर मनानं,
तर कधी धुंद होऊन
रकानेच्या रकाने लिहीत बसते,
तेव्हा तू प्रकट होतेस,
अगदी चार ओळी बनून.
तुला कसं कळतं, माझ्या मनात काय आहे?
आणि मला नेमकं काय सांगायचं आहे?
जेव्हा जेव्हा एकटं वाटतं,
तेव्हा तेव्हा माझी सोबत करतेस,
आणि माझं मनही बनतेस!
कधी स्वर तर कधी ताल,
शब्दरूपी लय आणि रसही घेऊन येतेस
आणि जगण्याला अर्थ देतेस!
दूर गेले, तुझ्यापासून तरी,
तिथंही प्रकट होऊन
अगदी जीवाभावाची मैत्रीण बनून येतेस!
खरंच, मिळाला जर पुढचा जन्म
तर येशील का पुन्हा?
कायमचीच प्रतिभा होऊन,
माझ्याच कवितांसाठी कळ्या घेऊन!
माझ्याच कवितांसाठी कळ्या घेऊन!

२० फेब्रुवारी २०११

निरोपाचा क्षण

निरोपाचा तो क्षण
निद्रेच्या अधीन झाला,
उजाडताच तो पुन्हा स्वागतास सज्ज झाला!
जपून ठेव ते क्षण मनाच्या तळाशी,
जिथं कोणीच पोहोचू शकणार नाही.
खरं तर मीच पाठ फिरवली होती,
निद्रेच्या अधीन होऊन.
पण पुन्हा तो आलाय सकाळी मित्र बनून!
तो होताच, असेलही
आपल्या अंतापर्यंत, तोच साथ देणार आहे
स्वागतही तोच करणार आहे
आणि निरोपही तोच देणार आहे!

६ मार्च २०११

ते चित्र

अशाच एका तळ्याकाठी
मंद वाहतोय तो खट्याळ वारा.
त्या निवांत पसरलेल्या,
सरितेला बिलगून येणारा तो अनिल,
तिचं ते शहारणं, जणू ती मालकंस आळवित
बसली आहे, आपला पदर वाऱ्यावर फडफडत!
नाही कुणाचे बंधन तिला, मुक्त विरहिणी ती!
तो निळा जलाशय, गातो आहे शांत भैरव!
दूर पर्वतावर शुभ्र जटा सोडून बसलेला तो बैरागी,
खाली हिरव्या, मऊ गवतावर मुक्त छंदात
दुडूदुडू धावणारी ती कोकरं!
एक पावा हातात घेऊन तो धून वाजवत बसलाय पहाडी राग आळवत!
त्याच्या डोळ्यात उतरली आहे नभाची निळाई,
आणि ती शुभ्र ललना पांढरा झगा घालून पिंगा घालत त्याच्याभोवती,
जणू बागेश्री!
आता संध्या उतरली अलगद पावलांनी,
तशी लालिमा चढली सरितेवर!
मी एकटीच माझी असते, भान नाही कशाचं!
न्याहाळत होते विसावा आणि शांततेचं अलगुज!
आता हातात होती संवादिनी आणि गळ्यात यमन,
भानावर आले तेव्हा दिवेलागण झाली होती!
दूर रेडिओवर तो गात होता, जब दीप जले आना!
मी स्वप्न पाहिलं नकळत,
तेव्हा माझं बोट होतं फेसबुकच्या त्या लाईक बटणावर!

७ जुलै २०२१

वसंत

वाट सुरेख वळणाची, फुलांनी सजलेली
पावलं थबकली इथं, थोडा विसावा घेण्यासाठी!
झालं वसंताचं आगमन, गुढ्या तोरणं सजली,
चैत्र गौरी आली बाई, करा लगबग बाई!
कैरी-डाळ-पन्हं आणि मोगऱ्याचा तो गंध
गौरी ती नटली नेसून ती नऊवारी!
कोकिळेचं कूजन आणि ती खारोटी
मस्त आनंदे विहार करी!
धुमारे फुटले त्या तरुवेलींना,
नका विसरू त्या मुक्या जिवांना,
रांजण नाहीतर घोटभर पाणी ठेवा त्यांना!
पारा चढतो आहे, काहिली करतोय सर्वांची,
थोडा धीर धरा आता, येईल मल्हार घेऊन सर
पावसाची!

७ एप्रिल २०२२

हळदी-कुंकू

चैत्र गौरी सगळ्या, नाना रंगी साड्या नेसून आल्या,
मंद हलकेसे अत्तर आणि केसात माळला तो
मोगऱ्याचा गजरा!
पेरूच्या गोळीने केली सुरूवात, नंतर पानात सजला
तो चित्रान्न भात!
सोबत कैरी डाळ आणि वडीचा तो गुलकंद
आणि नंतर आले केशरी पन्हे!
गजरा आणि केस यावर झाली चर्चा,
तरी पण हौसेने घातलाच की हो आम्ही गजरा!
लांब केस, आखूड केस फरक नाही पडत,
हौस म्हणून करायचे तर काहीही नाही अडत!
आईस्क्रीमचे नाना प्रकार, नुसतेच नावाने चघळले,
त्यापेक्षा आमचे पन्हे भाव खाऊन गेले!
सूर्यास्त पाहावया गेलो गच्चीत,
मग आम्ही काढले फोटो सुरेख!

१९ एप्रिल २०२२

बारशाचं गाणं

('कोकिळेच्या तान्हुल्याचे' या गाण्यावर आधारित)

मंजुषाच्या नातीचं जावळ किती दाट गं,
फडके संकुलमध्ये झालं, थाटामाटात बारसं॥धृ॥

इवले इवले ओठ तिचे, इवला चमचा वाटी
बाळंतविडा करणाऱ्यांची खूप झाली दाटी॥
इकडून आली माधवी आजी, तिकडून रेखा मामी,
स्वाती आत्या, आरती आत्या जोडी जमली नामी
मंजुषानं स्वागत केलं, पैठणी नेसून जोरात,
फडके संकुलमध्ये झालं, थाटामाटात बारसं ॥१॥

अंगाईची जो जो गाणी, वैशुताईनं म्हटली
अवधूत काका तबल्यावरती, साहिल दादाची बासरी
आत्या मामी घेऊन आल्या झबली अन् टोपडी
आजोबाही घेऊन आले, छान बाबा गाडी
मंजुषाच्या नातीचं बाळसं किती छान गं,
फडके संकुलमध्ये झालं, थाटामाटात बारसं ॥२॥

मंजू आजी घेऊन आली छानशी साखळी
रेखा आजी घेऊन आली चांदीची वाटी
अलकानं आणली सुरेखशी अंगठी
मम्मी पप्पा घेऊन आले खूप सारी खेळणी
मंजूषानं आणला पाळणा, नात त्यात निजली
मम्मी बसली नटून तिथं छान साडी नेसूनी
मंजूषाच्या नातीचं जावळ काळंभोरसं
फडके संकुलमध्ये झालं, थाटामाटात बारसं ॥३॥

आत्याबाई सज्ज झाल्या कानात कुर्र करती
पाठीमागून हलकेच त्यांना श्यामल बुक्क्या मारी
बाळाची आता रेवा झाली, जोशी फॅमिली हरखली
खूप सेल्फी काढता आदिती, रेवा गाली हसली,
मंजूषाच्या नातीचं नामकरण झालं गं,
फडके संकुलमध्ये झालं, थाटामाटात बारसं ॥४॥

प्रेमाताई, अंजलीताई छान छान गाणी वाजवती
अश्शी झाली सुरेख गाणी रेवा पाळण्यात नाचली
आज्जीनं मग केला डान्स, ममी-पप्पा डोलती,
सुचेतानं वाटले पेढे, सुधा सरबत देई,
मंजूषाच्या नातीचं अस्सं झालं बारसं
कांचन म्हणते लिहिते आता, छान असं गाणं गं,
मंजूषाच्या नातीचं झालं थाटामाटात बारसं ॥५॥

२४ जून २०२२

संगीत-योग

आस शब्दांना
श्वास लयीत
ताल मात्रा
जपून ठेवा.
शब्दांची मुरकी
हलकेच खटका
गाणे आणि शरीराचा योग साधावा.
योग आणि संगीत दोन वाटा
नेती हो ईश्वराच्या गावा!
योग आणि संगीत दिनाच्या खूप खूप शुभेच्छा!

२१ जून २०२२

पानाफुलात विठुराया

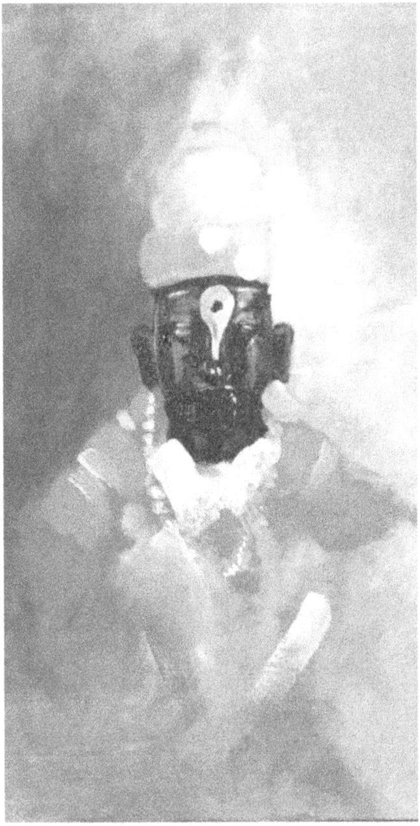

पानांचा देह, फुलांची माळ
उभा असे विठुराया, आज चाफा होऊन!
नदीच्या किनारी उभा विठुराया
थांब पावसा थोडा, बरसू नको आता
पल्याडच्या घरी आमची माऊली
लेकरांना सोडून येईल कशी माघारी?
फुलाची पाकळी, पाकळीत विठुराया
पाकळी पाकळी जोडता, अवघा पांडुरंग
प्रकटला!
लेकरं सांभाळत युगे युगे गेली
माऊली भेटीतच, धन्यता जाहली!
माऊली भेटीतच धन्यता जाहली!

१७ जुलै २०२२

www.ingramcontent.com/pod-product-compliance
Lightning Source LLC
LaVergne TN
LVHW010814051026
849532LV00007B/2536
* 9 7 8 9 3 9 5 1 3 9 3 0 4 *